खाऊ हा पुरवून ठेवा!

डॉ. विनोद सिनकर

AF372522

#AnyoneCanPublish with
सकाळ प्रकाशन

Khau Ha Purwoon Thewa!
© Dr. Vinod Sinkar, 2024

खाऊ हा पुरवून ठेवा!
© डॉ. विनोद सिनकर, २०२४

प्रथम आवृत्ती	: ऑक्टोबर २०१८
द्वितीय आवृत्ती	: डिसेंबर २०२४
प्रकाशक	: सकाळ मीडिया प्रा. लि. ५१५, बुधवार पेठ, पुणे-४११ ००२
मुखपृष्ठ	: अर्चना धुरी
मांडणी आणि मुद्रितशोधन	: सारद मजकूर, पुणे
मुद्रणस्थळ	: विकास प्रिंटिंग ॲण्ड कॅरिअर्स प्रा. लि. प्लॉट नं. ३२, एमआयडीसी, सातपूर, नाशिक
ISBN	: **978-81-19311-37-8**
अधिक माहितीसाठी	: ०२०-२४४० ५६७८ / ८८८८८४९०५० sakalprakashan@esakal.com

© **All rights reserved.**
No part of this publication may be reproduced or transmitted in any form or by any means, electronically or mechanically, including photocopying, recording, broadcasting, pod casting of any information storage or retrieval system without prior permission in writing form the writer or in accordance with the provisions of the Copy Right Act (1956) (as amended). Any person who does any unauthorised act in relation to this publication may be liable to criminal prosecution and civil claims for damages

Disclaimer :
Although the author has taken every effort to ensure that the information in this book was correct at the time of printing, the author and publisher do not assume and hereby disclaim any liability to any party, society for any loss, damage, or disruption caused by errors or omissions, whether such errors and omissions are caused due to negligence, accident, amendment in Act, Rules, Bye laws or any other cause. The views expressed in this book are those of the Authors and do not necessarily reflect the views of the Publishers.

आवडीने वाचन करणाऱ्या सर्व बालदोस्तांना आणि
माझे वडील स्व. पां. ता. वाणी गुरुजी,
माझी आई शालिनीबाई पांडुरंग वाणी-सिनकर,
अनेकांच्या लेखणीला बळ देणारे मा. बाबा भांड,
बालसाहित्य अन् बालविकासासाठी झटणारे मा. सूर्यकांत सराफ,
माझ्या लेखनाला प्रोत्साहन देणारे मा. माधव राजगुरू,
माझे आदर्श अण्णासाहेब काशीनाथ त्र्यंबक नानकर,
माझ्या कवितेचे पहिले वाचक
कु. ऋचा आणि चि. साकेत
यांना...

मनातलं बोलू काही...

बालमित्रांनो, खाऊ कुणाला बरं आवडत नाही? काय म्हणालात? सर्वांनाच आवडतो? अगदी बरोबर! वाचनाच्या अवीट गोडीची चव नेहमी तुमच्या जिभेवर राहावी असा खाऊ तुम्हाला देण्याचा प्रयत्न या कवितासंग्रहाच्या रूपाने करतोय. तुम्हाला या कवितांमधून आई-बाबा, आजी-आजोबा, ताई-दादा, वर्ग-मित्र, शाळा-शिक्षक, रोपट्यापासून झाडापर्यंत, मुंगीपासून हत्तीपर्यंत, गावापासून शहरापर्यंत तुमच्या विश्वातलं बरंच काही भेटेल!

शाळेतल्या पुस्तकातल्या कविता जशा तुम्हाला आपल्या वाटतात ना, तशाच या कविताही तुम्हाला आपल्या वाटतील, आवडतील, असा मला विश्वास आहे. हा विश्वास कितपत सार्थ आहे, ते तुमच्या प्रतिसादावरून कळेल.

'जी कविता मुलांना आवडते, त्यांना पुन्हा-पुन्हा वाचावीशी वाटते, ती मुलांसाठी लिहिलेली कविता,' असं कविवर्य मंगेश पाडगावकरांनी म्हटलंय. त्यांच्या व्याख्येत बसेल अशी कविता लिहिण्याचा मी प्रयत्न केलाय.

मी शिक्षक असल्याने सतत मुलांमध्ये वावरणारा, मुलांमध्ये रमणारा. माझ्या सरस्वती भुवन शाळेचे आजी-माजी विद्यार्थी सतत माझ्यासमोर असतात. मुलांशी संवाद करायला मला आवडतं. माझ्या शाळेतल्या शेकडो मुलाशी माझा संवाद होत असतोच. अन्य शाळा, शिबिरे, संमेलनांतही कविता, गोष्टी सांगण्याच्या निमित्ताने हा संवाद घडत असतो. त्यातूनच माझी बालकविता बहरत गेली.

कुमार वयातल्या मुलांसाठी कविता फारशा लिहिल्या जात नाहीत, असं बालसाहित्यातल्या जाणकारांशी झालेल्या चर्चेतून समजलं. त्यामुळेच बालकवितांबरोबरच काही कुमारकविताही या संग्रहात समाविष्ट केल्या आहेत.

माझ्या काही कविता मुलांचे मासिक, किशोर, स. भु. मासिक, खेळगडी, तरुण भारत, दिव्य मराठी, प्रथमेश, नवामराठा, विश्वमित्र या नियतकालिकांतून आणि 'कवितांचा गाव' या बालकोशात प्रकाशित झाल्या आहेत. तुम्हा बालकुमार दोस्तांसह अनेक पालक, शिक्षक, साहित्यिक वाचकांनी वेळोवेळी दिलेला उत्तम प्रतिसाद आणि संमेलनप्रसंगी माझ्या कवितांना मिळणारी उत्स्फूर्त दाद माझ्या पुढच्या लेखनासाठी नेहमीच उत्साहवर्धक, प्रेरक ठरली आहे.

माझ्या आईवडिलांच्या अन् गुरुजनांच्या आशीर्वादाने माझी वाटचाल सुरू आहे. माझं पुस्तक लवकर प्रकाशित व्हावं यासाठी अधूनमधून जागतं ठेवणारा माझा मित्र-परिवार, त्यासाठी सतत तगादा लावणारी माझी पत्नी प्रज्ञा आणि ज्यांना मी हे पुस्तक अर्पण केलंय त्या सर्वांच्या सदिच्छांमुळे हे पुस्तक प्रकाशित होतंय, याचा मला विशेष आनंद आहे. 'खाऊ हा पुरवून ठेवा' या माझ्या पहिल्याच काव्यसंग्रहाचे वाचक स्वागत करतील आणि चांगला प्रतिसाद देतील अशी अपेक्षा !

- डॉ. विनोद सिनकर

दुसऱ्या आवृत्तीच्या निमित्ताने...

साहित्य संमेलने, अनेक शाळा आणि शिबिरांतील माझ्या बालकविता सादरीकरणानंतर 'सर, तुमच्या कवितांचे पुस्तक कुठे मिळेल?,' अशी प्रेमळ पृच्छा सवयीची झाली. माझ्या बालकवितेचे 'खाऊ...' हे एकच पुस्तक आजवर प्रकाशित असल्याने त्याच्या प्रकाशकांना संपर्क करून विचारले असता त्यांनी 'सर्व प्रती संपल्याचे' सांगितल्यालाही दोन-तीन वर्षे उलटली. त्यामुळेच ही द्वितीयावृत्ती वाचकांच्या भेटीस येत आहे.

'खाऊ हा पुरवून ठेवा'च्या प्रथम आवृत्तीचा प्रकाशन सोहळा दिनांक २ मार्च २०१९ रोजी मोठ्या दिमाखात संपन्न झाला. समारंभात माझ्या कवितेबद्दल ख्यातनाम कवी, गीतकार डॉ. दासू वैद्य यांनी माझ्या कवितेचे कितीतरी महत्त्वाचे पैलू सविस्तर उलगडून सांगितले. त्यावेळी ज्येष्ठ साहित्यिक रा. रं बोराडे, ज्ञानमित्र माधव राजगुरू, ज्येष्ठ पत्रकार प्रमोद माने या सर्वच मान्यवरांनी केलेल्या कौतुकाने मी भारावून गेलो. प्रकाशन समारंभदिनी पुस्तकाच्या अनेक प्रती रसिकांनी विकत घेतल्या. 'खाऊ हा पुरवून ठेवा'बद्दल महाराष्ट्रातील अनेक मान्यवर साहित्यिकांनी लिहिलेले परिचय लेख, समीक्षालेख वृत्तपत्रे-मासिकांत प्रसिद्ध झाले. पुढच्या काळात काही संमेलने, शाळा-शिबिरांतील कार्यक्रमांनंतर रसिकांना, मित्रपरिवाराला पुस्तक देता आले. कुठे मिळेल हे सांगता आले; मात्र वर्षभरातच मायबोली प्रकाशनकडील पुस्तकेही संपली. पुढच्या प्रत्येक कार्यक्रमानंतर बालकांना, रसिकांना पुस्तकाच्या प्रती संपल्यात हे सांगताना संकोच वाटायचा. मग 'खाऊ हा पुरवून ठेवा'ची दुसरी

आवृत्ती काढण्याचे ठरवले आणि याबाबत 'सकाळ प्रकाशन'चे सहकार्य मोलाचे ठरले. संग्रहातील तीन-चार कवितांचा क्रम बदलून सर्व कविता तशाच ठेवल्या आहेत. पहिल्या आवृत्ती वेळी माझी मुले कु. ऋचा आणि चि. साकेत यांनी चित्रे काढण्याची इच्छा व्यक्त केली होती. तेव्हा ऋचाने रेखाटलेली तीन-चार चित्रे घेतली होती. या द्वितीय आवृत्तीतील अनेक चित्रे ऋचा आणि साकेत यांनी रेखाटलेली आहेत. त्यामुळे पुस्तकाच्या सौंदर्यात भर पडली आहे.

डॉ. दासू वैद्य यांनी द्वितीयावृत्तीची नितांत सुंदर पाठराखण अल्पावधीतच दिली, त्यासाठी मी त्यांच्या ऋणात राहू इच्छितो. चित्रकार अर्चनाताई अंधारी यांनी मुखपृष्ठ मूळ स्वरूपात उपलब्ध करून दिल्याबद्दल त्यांचे मनापासून आभार!

या पुस्तकाच्या प्रथमावृत्तीस 'महाराष्ट्र राज्य साहित्य आणि संस्कृती मंडळा'चे अनुदान लाभले, त्याकरता मंडळाचे आभार!

नवीन पुस्तक आणि दुसरी आवृत्ती लवकरात लवकर येण्यासाठी सातत्याने प्रोत्साहन देणारे आदरणीय सूर्यकांत सराफ सर, मित्रवर्य डॉ. रूपेश मोरे, डॉ. विशाल तायडे, चंद्रशेखर शर्मा, संदीप भदाणे, राजेंद्र वाळके यांच्या मी ऋणात राहू इच्छितो. या निमित्ताने बालसाहित्यातील मान्यवरांनी 'खाऊ हा पुरवून ठेवा'बद्दलचे अभिप्राय वेळेत दिले, त्यांचेही मनापासून आभार! याही आवृत्तीला रसिक वाचक उत्तम प्रतिसाद देतील, याची खात्री आहे. वाचकांनी अभिप्राय कळवल्याचा आनंद या पुस्तकाबाबतही मिळेल ही अपेक्षा!

ऋणनिर्देश

प्राचार्य रा. रं. बोराडे, महावीर जोंधळे, प्राचार्य डॉ. यशवंत पाटणे, डॉ. दासू वैद्य, प्रा. लीला शिंदे, डॉ. रामचंद्र काळुंखे, इंदुमती जोंधळे, सुवर्णा सराफ, एकनाथ आव्हाड, आबा महाजन, किरण केंद्रे, ॲड. दिनेश वकील, डॉ. श्रीरंग देशपांडे, ज्ञानप्रकाश मोदाणी, भास्करराव आर्वीकर, डी. बी. जगत्पुरिया, माधव चुकेवाड, प्रशांत गौतम, कैलास अंभुरे, गेणू शिंदे, बबन शिंदे, धनंजय गव्हाळे, धनंजय गुडसुरकर, रामदास केदार, संजय ऐलवाड, विश्वनाथ ससे, उद्धव भयवाळ, वीरभद्र मिरेवाड आणि 'सकाळ प्रकाशन' व 'महाराष्ट्र राज्य साहित्य आणि संस्कृती मंडळ'.

- डॉ. विनोद सिनकर

# अभिप्राय

लेकरांसाठी पौष्टिक खाऊ....

जो खावाखावासा वाटतो तो खाऊ! खाऊ पौष्टिक असेल तर शरीराचे छान भरणपोषण होते. विनोद सिनकर यांनी 'खाऊ हा पुरवून ठेवा' या एका पुस्तकाच्या रूपाने जो खाऊ दिला आहे, तोही मनाचे रंजन आणि पोषण करणारा आहे. शेवटी पुस्तक हेसुद्धा मनाचे अन्न मानले जाते.

'खाऊ हा पुरवून ठेवा' हे शीर्षकच लक्षवेधक आहे. विनोद सिनकर हे सानेगुरुजींचा वारसा जपणारे वत्सल शिक्षक आहेत. त्यांच्या लेखणीला संस्कारांचा सुगंध आहे. आनंददायी शिक्षणाचा पुरस्कार करताना त्यांची कविता लेकरांच्या पाठीवरचे दप्तराचे ओझे नाकारते आणि हसत खेळत, नाचत-बागडत कसे शिकावे याचा धडा शिकविते. साने गुरुजींनी दिलेल्या 'जो मुलांचे मनोरंजन करतो, तो प्रभुशी नाते जोडतो.' या मंत्राचे सामर्थ्य सिनकरांच्या कवितेमध्ये जाणवते. त्यांचा मुलांविषयीच्या आंतरिक प्रेमाचा उमाळा काव्यपंक्तीतून पाझरतांना दिसतो. चांदोबाच्या आणि आईच्या नात्यातून लेकरांच्या वाट्याला चांदोमामा येतो, तसाच काहीसा भाव 'खाऊ हा पुरवून ठेवा' या कवितेतून प्रत्ययास येतो. लेकरांच्या सांस्कृतिक सबलीकरणासाठी 'खाऊ हा पुरवून ठेवा'च्या रूपाने अक्षरांचा मधुर प्रसाद देणाऱ्या विनोद सिनकर यांचे अभिनंदन!

- प्राचार्य डॉ. यशवंत पाटणे, सातारा

प्रबोधन हा सिनकरांच्या कवितेचा गाभा

विषयाची विविधता आणि बालमनाला रूचेल, पचेल अशी रचना हे 'खाऊ हा पुरवून ठेवा!' या संग्रहातील कवितांचे वैशिष्ट्य आहे. आपलं घर, आपले आजोबा, आजी, आई, बाबा, ताई, दादा, शाळा, शिक्षक, पशू-पक्षी, पाऊस, वृक्ष, पर्यावरण आदींविषयीच्या कविता या संग्रहात आहेत. प्रबोधन हा तर सिनकरांच्या कवितांचा गाभा आहे. बालमनाचे प्रबोधन करताना सिनकरांची कविता पर्यावरणाचे महत्त्व पटवते, वाचनाचे महत्त्व विशद करते, कालबाह्य होत चाललेल्या पत्रलेखनाचे महत्त्व अधोरेखित करते.

- प्राचार्य रा. रं बोराडे, छत्रपती संभाजीनगर

उत्तम संस्कार रुजवणारी कविता

कवी विनोद सिनकर हे साने गुरुजींना अभिप्रेत असलेल्या धडपडणाऱ्या शिक्षकांपैकी एक आहेत. ते सतत बालकांच्या सहवासात, संपर्कात असतात. अनेक गुणवान मुलं सतत त्यांच्या आवतीभोवती असतात. साहजिकच त्यांच्या कवितेत बालकांच्या भावविश्वातले अनेक विषय सहजपणे येतात.

या संग्रहात पासष्ट कविता आहेत. सोप्या भाषेतील या काव्यरचनांमध्ये कवीने सहजपणे उत्तमोत्तम संस्कारांची बीजं रोवली आहेत. कवीने बालमन जाणले आहे. सिनकरांची बालकविता बालकांना आवडेल, त्यांचे रंजन करेल आणि त्यांना कळत-नकळत उत्तम शिकवणही देईल अशी आहे. त्यांची कविता उत्तम संस्कार रुजवणारी आहे. कवितासंग्रहाच्या दुसऱ्या आवृत्तीबद्दल अभिनंदन! बालसाहित्य लेखनाच्या पुढील वाटचालीसाठी कवीला खूप खूप शुभेच्छा!

- माधव राजगुरू, पुणे

मूल्यांची जाण आणि भान देणारी कविता

प्रौढांनी बालकांसाठी लिहिणं तसं कठीणच. बालकांचे भावविश्व, त्यांची रुची, कल, मनोविश्व आदींचा अर्क ज्याला आकळतो तोच सर्जक बालसाहित्यामध्ये यशस्वी होतो. कवी विनोद सिनकर हे अशाच यशवंतांपैकी एक नाव. 'खाऊ हा पुरवून ठेवा' हा अवमूल्यनाच्या काळातील मूल्यसंस्कार करणारा, मूल्यांची जाण आणि भान देणारा सिनकरांचा कवितासंग्रह!

या कवितांमध्ये काव्यमयता आहे, तशी कथात्मकताही आहे. ही कविता बालभावविश्वाचा समर्पक वेध घेते. पशुपक्षी, झाडे, नद्या, डोंगर, शाळा, सवंगडी या सर्वांचे भावस्पर्शी, विलोभनीय चित्र साकारते. शिवाय अलीकडील काळात विभक्त कुटुंबपद्धती प्रचलित असली तरी आजी-आजोबांसारखी कौटुंबिक संस्कारपीठं हे या कवितेचं आणि आपलंही सामर्थ्य आहे. हे अधोरेखित करते. तद्वतच बालकांच्या मनातील कुतूहलपूर्तीसोबतच भावभावना, कल्पना, विचारांचा विकास करत त्यांना प्रगल्भतेकडे घेऊन जाते. ही कविता निव्वळ बालविश्वात रममाण होत नाही, तर प्रौढ आणि बाल यांच्यातील नातं अधिक दृढ करू पाहते. ही कविता केवळ संचिता(शिदोरी)मध्ये अडकून बसत नाही, तर ती वास्तवाचं मानवीय व्यवहाराचं भान देत पर्यावरणाची जाणीवही करून देते.

- डॉ. कैलास अंभुरे, छत्रपती संभाजीनगर

आनंदाच्या शिदोरीची गुरुकिल्ली...

खरे तर आपल्या आयुष्यात आनंदाचे छोटे छोटे क्षण अनेक येत असतात; पण ते आपल्याला जपून ठेवता येत नाहीत. दुःखाला मात्र कवटाळले जाते. पर्यायाने आयुष्य आनंददायी होण्याऐवजी दुःखाचा डोंगर वाटू लागते. मात्र कवी विनोद सिनकर यांच्या 'खाऊ हा पुरवून ठेवा!' या बालकवितासंग्रहातील कविता मुलांना आनंद देणाऱ्या, संस्कारक्षम आहेत. त्याचबरोबर मोठ्यांनाही चांगल्याच कानपिचक्या देणाऱ्या आहेत.

कवितेतून येणारी लयबद्धता मुलांना अधिक आवडते. अशी लयबद्ध, यमकयुक्त, अर्थपूर्ण रचना यात आहे. या दृष्टीने संग्रहातील 'एक-दोन-तीन-चार' ही कविता उत्तम साकारली आहे. याच धाटणीच्या 'एक होती इटुकली', 'आई ये इकडे' या आणखी काही कविता आहेत; त्या तालासुरात म्हणता येतात. मुलांना अशा लयबद्ध, अर्थपूर्ण रचना अधिक आवडतात. संग्रहातील कविता विविधांगी आहेत.

'पक्ष्यांचे कविसंमेलन', 'ससा', 'पक्ष्यांची शाळा', 'हत्ती', 'काजवा', 'जीवसृष्टी', 'एकीचं बळ', 'खारुताई', 'एक होते रोपटे', 'ओळखलंत काय?', 'वारा', 'मिरची' इत्यादी कविता पशू, पक्षी, वृक्ष, वेलींशी नातं जोडतात. 'पोलीसदादा', 'देशाचे आम्ही पाचू' या कवितांतून देशसेवेचे, देशभक्तीचे दर्शन घडते; तर 'एक होते गाव', 'दिवाळीचा सण', 'आठव दाटे', 'म्हातारबाबा', 'सुंदर आमचं घर' या कविता गाव-शिवाची आठवण करून देतात.

'माझी शाळा', 'ओझ्याविना शिक्षण घेऊ', 'दोस्ती करा यशाशी', 'एकीचे बळ', 'दप्तराचे नाही ओझे', 'शिदोरी' या कवितांमधून शिक्षणाचे महत्त्व सांगितले आहे. मैत्रीविषयींच्या तीन-चार कवितांमधून आलेलं व्यक्तिचित्रण उल्लेखनीय आणि प्रेरणादायी आहे. 'आई'च्या आशयसंपन्न कविताही यात आहेत.

आचार, विचार, संस्कार यांचा अतिशय सुंदर संगम इथं बघायला मिळतो. संग्रहात अशा अनेक उत्तमोत्तम कविता आहेत. त्या लक्ष वेधून घेतात.

शब्द चपखल असून सहजता अंगोपांगी आलेली आहे. त्यात अर्थसुलभता आहे. आवश्यक तेवढी गेयता आहे. शब्दबंबाळ रचना नाही. रेखाटनेही आकर्षक आणि रचनांना पूरक आहेत.

आनंददायी आणि सुंदर मुखपृष्ठ आणि उत्तम वाङ्मयीन मूल्य असलेला हा 'खाऊ' बालकुमार वाचकांसाठी 'आनंदाच्या शिदोरीची गुरुकिल्ली' आहे.

– **गेणू शिंदे**, छत्रपती संभाजीनगर

बालकांच्या जगाचा कानोसा घेणारे समर्पक काव्य

बालकवितांचे पुस्तक अवघ्या एकाच वर्षात दुसऱ्या आवृत्तीपर्यंत पोहोचणे हा प्रवास खूपच नवलाचा! 'खाऊ हा पुरवून ठेवा' या डॉ. विनोद सिनकर यांच्या बालकवितांच्या वाट्याला हा योग आलाय हे मोठे अभिनंदनीय यश आहे.

विषयांचे वैविध्य, सादरीकरण क्षमता आणि रंजनातून बोध देण्याची युक्ती या लेखन गुणांमुळेच हे घडले. बालकांच्या जगाचा कानोसा घेत समर्पक असे काव्यलेखन केल्याबद्दल डॉ. सिनकर यांचे मनःपूर्वक अभिनंदन आणि हा संग्रह भविष्यात अधिक बालकप्रिय व्हावा यासाठी शुभेच्छा!

– सूर्यकांत सराफ,
मुंबई

बालमनावर संस्कारांचे अनुपम शिल्प चितारणाच्या कविता...

उपक्रमशील अध्यापक-कवी विनोद सिनकर यांचा 'खाऊ हा पुरवून ठेवा' हा प्रबोधन-संस्कारमूल्य असलेला वैशिष्ट्यपूर्ण बालकवितासंग्रह आहे. या कवीला मी लहानपणापासून बघत आलोय. पां. ता. वाणी गुरुजी नावाच्या कर्मनिष्ठ प्राथमिक शिक्षकाचा हा आज्ञाधारक, गुरुनिष्ठ, ध्येयनिष्ठ, प्रखर मानवता जपणारा मुलगा. ज्याला बालकांचं मानसशास्त्र कळतं, तो प्रेरणा देणारा उत्तम शिक्षक होतो. कवीही होतो.

विनोदच्या या कविता निरागस बालमनावर संस्कारांचे अनुपम शिल्प चितारणाच्या कविता आहेत. सिनकर विद्यार्थीप्रिय अध्यापक आहेत, मनामनात संस्कारांचं बीजारोपण करणारे शिक्षक आहेत. कवी आईचं 'संस्कारफळाचा मळा' असं आगळंवेगळं वर्णन करतो. त्यांच्या या कवितांमध्ये संस्कार, प्रबोधन, सदाचाराची शिदोरी भरलेली आहे. या सर्जनात कवीने अत्यंत सहज-सोपी-ओघवती भाषा वापरली आहे.

बालकुमारांच्या भावविश्वातल्या विविध विषय असलेल्या उत्तमोत्तम कविता या संग्रहात आहेत. संस्काराच्या वाटेवर प्रबोधनाचे प्रखर दीप प्रज्वलित करणाऱ्या या मेहनती बालकवीचे मी मनापासून अभिनंदन करतो.

– प्रा. डी. बी. जगत्पुरिया,
छत्रपती संभाजीनगर

कल्पनासृष्टीची सफर घडवणाऱ्या कविता

कविता मुलांना खाऊइतकीच प्रिय असते. फक्त अट एकच, ती कविता मुलांचे भावविश्व कवेत घेणारी असावी. अशी कविता मुले पुन्हा पुन्हा वाचतात, गुणगुणतात. मग ती कविता कवीची न राहता अवघ्या बालविश्वाची होऊन जाते. बालकवी विनोद सिनकर यांच्या 'खाऊ हा पुरवून ठेवा!' या बालकवितासंग्रहातील कविता या बालमनाला गवसणी घालणाऱ्या आहेत.

कुठलाही उपदेश न करता मुलांच्या आनंदाला त्या प्राधान्य देणाऱ्या आहेत. मुलांना कल्पनासृष्टीची सफर घडवणाऱ्या आहेत. या कवितेतील भाषा मुलांच्या परिचयाची, रोजच्या वापरातील आहे. कवितांनी लय, ताल, नाद यांचा सुरेख मेळ साधल्यामुळे या कविता मुलांना तालावर ताल धरायला लावतील हे नक्की. यासाठी विनोद सिनकर यांचे अभिनंदन!

– एकनाथ आव्हाड, मुंबई

मोठ्यांनाही चांगला संदेश देणारी बालकविता

डॉ. विनोद सिनकर यांच्या 'खाऊ हा पुरवून ठेवा!' या बालकाव्यसंग्रह प्रकाशनाच्या भव्य यशानंतर त्याची दुसरी आवृती येत आहे, याचा मला खूप आनंद होत आहे. या कवितासंग्रहात एकूण पासष्ट कविता आहेत. आई-बाबा, आजी-आजोबा, बाळ, मुले, दोस्त, प्राणी, पक्षी, निसर्ग, शाळा, शिस्त असे विविध विषय हाताळत कवीने कळत-नकळत उत्तमोत्तम संस्कारांची पेरणी केली आहे.

कविता अगदी साध्या, सोप्या भाषेतील असून गेय, तालासुरात गाता येतील अशा आहेत. त्यांच्या कविता मुलांना हसा-खेळायला, नाचायला लावणाऱ्या आहेत. एवढेच नव्हे; तर वाचता वाचता ज्ञानाचे कण वेचायला लावणाऱ्या आहेत. हा जरी बालकाव्यसंग्रह असला, तरी लहानांबरोबर मोठ्यांनादेखील चांगला संदेश देणारा आहे. तो सर्वांनाच आवडेलच. दुसऱ्या आवृत्तीनिमित्त कवीला खूप खूप शुभेच्छा!

– माधव चुकेवाड,
नांदेड

बालकांना आपल्या वाटणाऱ्या कविता...

एक कृतिशील शिक्षक अशी ओळख असलेल्या डॉ. विनोद सिनकर यांनी 'खाऊ हा पुरवून ठेवा!'मधल्या कवितांच्या माध्यमातून बालकांच्या आयुष्यातल्या विविध घटना, प्रसंग, अनुभव आणि त्यांच्या भावभावना यांचा अतिशय सूक्ष्म आणि तरल रीतीने मागोवा घेतलेला आहे.

मला डॉ. सिनकर यांचे एक महत्त्वाचे वैशिष्ट्य हे जाणवते की, स्वतः लिहीत असताना ते आपल्या शाळेतील बालकांनाही लिहिते करण्यासाठी सातत्याने प्रयत्नशील असतात आणि त्यासाठी विविध उपक्रमांचे आयोजन करीत असतात. त्यांच्या या उपक्रमशीलतेचा परिपाक म्हणून त्यांचे अनेक विद्यार्थी हे कथा, कविता, नाटक आणि निबंध यामध्ये पारंगत झालेले आहेत आणि त्यांचे सरांनी संकलित स्वरूपात संग्रहही काढलेले आहेत. त्यांच्या या कविता अतिशय सोप्या, बालभाव-भावनांशी निगडित असल्यामुळे बालकांना आपल्याशा वाटतात. कुठेही बालकांना उपदेशाचे डोस न पाजता अतिशय साध्या सोप्या रचनांच्या माध्यमातून संस्कार रुजवण्याचा त्यांचा प्रयत्न स्तुत्य आहे. अल्पावधीतच बालकांच्या पसंतीस उतरलेल्या या कवितासंग्रहाच्या दुसऱ्या आवृत्तीतबद्दल कवीचे मनःपूर्वक अभिनंदन आणि त्यांच्या पुढील लेखनास खूप खूप शुभेच्छा!

– डॉ. विशाल तायडे, छत्रपती संभाजीनगर

मुलांच्या भावकळ्या फुलवणारी कविता...

मुलांनी मुक्त बागडावं, शिस्त पाळावी आणि जिज्ञासा बाळगावी म्हणून अत्यंत आत्मीयतेने बालकवी विनोद सिनकर सातत्याने आपला हात लिहिता ठेवतात प्राणी, निसर्ग, सण, विज्ञान ते इतक्या सहजपणे कवितेत पेरतात, की पाठीवरून वात्सल्यांनं हात फिरवावा इतकं ते आल्हाददायक वाटतं! त्यांची कविता आंतरिक भावनेतून फुलते त्यामुळे ती मुलांच्या भावकळ्या फुलवते. शिकणाऱ्यासाठी जीवन समर्पित करणाऱ्या पुस्तकाची कहाणी सांगत ही कविता भूतदया आणि संस्कृतीची जपणूक करते. ही कविता मुलांमध्ये चिरंतन उत्साह टिकवून ठेवते. मुलांच्या वर्तनाचे अस्सल रूप सांभाळते. मुलांमध्ये रमणारे, अनुभव शब्दात मांडणारे, कार्याप्रती कृतज्ञ राहणारे आणि सृष्टीची विविधरूपे न्याहळणारे कवी विनोद सिनकर हे शिक्षण क्षेत्रातले संस्कारदूतच आहेत. जाणीवपूर्वक आणि जबाबदारीने विविधांगी बालकाव्य लेखन करणाऱ्या मित्रवर्य विनोद सिनकरांच्या काव्यप्रवासास आत्मीय शुभेच्छा!

– वीरभद्र मिरेवाड, नायगाव

संस्कारासाठी तळमळ बाळगणारी बालकविता

आदर्श शिक्षक असलेल्या बालसाहित्यिक विनोद सिनकर यांचा 'खाऊ हा पुरवून ठेवा' हा बालकवितांचा संग्रह वैशिष्ट्यपूर्ण असा आहे. आजी-आजोबा, आई-बाबा, दादा, शिक्षक, मित्र तसेच इतरही माणसांनी आणि त्यांच्या भावभावनांनी हे कवितांचे बालविश्व भरून गेलेले आहे.

माणसांची, मुलांची विविध रूपे येथे पाहायला मिळतात. आप्तेष्टांच्या मोठेपणाबरोबरच त्यांच्या उणिवा, रुसवे-फुगवेही आहेत. मानवी जगाबरोबरच अनेक प्राणी, पक्षी, निसर्ग, पर्यावरण यांचा अंतर्भाव असलेले आणि त्याच्या गुणवैशिष्ट्यांनी हे जग समृद्धपणे बहरलेले आहे. परिसर हेच बालकांच्या शिक्षणाचे आणि आकलनाचे केंद्र आहे.

कवितेतली बालके शाळेच्या चार भिंती ओलांडत बाहेरचे जग समजून घ्यायला उत्सुक आहेत. शाळेबद्दल, निसर्गाबद्दल, परिसराबद्दल त्यांना प्रेम वाटल्यामुळे ती पावसाची वाट बघतात. मुलांनी शिस्त बाळगावी म्हणून मुंग्या रांगेत चालतात. प्राणी-पक्ष्यांच्या जीवनात भेदाभेद पाळला जात नाही. प्राणी, पक्षी, वनस्पती, निसर्ग यांच्याशी अभिन्न नाते सांगत त्यांच्याबद्दलचा मैत्रभाव ही कविता वृद्धिंगत करते. अभ्यास, परिश्रम, जिज्ञासा या गुणांचा परिपोष करणाऱ्या या कविता 'पुस्तकांची संगत ठेवावी, वाचन करावे, मोबाईल वापरण्याऐवजी पत्रे लिहावीत, कविता लिहाव्यात,' असा संस्कार करतात. मुलांमध्ये स्वाभिमान, नैतिकता जागी करतात. प्रतिक्रियेला, उत्तरासाठी जागा देत या कविता वाचकांना कृतिशील बनवतात. येथे पक्ष्यांची शाळा भरते. बालके आणि प्राणी-पक्षी कविसंमेलनात भाग घेतात.

मुलांचे कल्पनाविश्व समृद्ध होण्यासाठी भविष्यातले एक संकल्पनाचित्र या कवितेत साकार झालेले आहे. संस्कारासाठी तळमळ बाळगणाऱ्या या बालकविता रचनेच्या दृष्टीनेही प्रभावी आहेत. सिनकरांची कविता जाणीवपूर्वक भाषिक जडणघडण करण्याचा प्रयत्नही करते. कवितेतील साम्य-विरोध, लय, यमक, प्रतिमा आणि संकल्पना या मुलांच्या भावविश्वातील आहेत. त्यात कुतूहल, जिज्ञासूपणा, भाषेच्या गंमतीजमतीही आहेत.

आकलनक्षमता आणि अभिरुची लक्षात घेत मुलांचे जग, भावविश्व या संग्रहात आलेले आहे. बालमनोविश्वाचा अत्यंत सूक्ष्मपणे विचार केला गेल्यामुळे हा बालकवितासंग्रह वाचनीय झालेला आहे. या संग्रहाच्या यशस्वितेमुळे विनोद सिनकर यांच्या पुढील लेखनाचीही वाचक नक्कीच वाट पाहतील!

- डॉ. रामचंद्र काळुंखे, छत्रपती संभाजीनगर

बालमनाशी तादात्म्य पावणाऱ्या कविता...

'खाऊ हा पूरवून ठेवा!' या काव्यसंग्रहातील कविता बालमनाशी तादात्म्य पावणाऱ्या आहेत. कवी विनोद सिनकरांमधल्या शिक्षकाच्या अंतर्मनाचे प्रतिनिधित्व या कविता करतात, असे म्हटल्यास वावगे ठरणार नाही.

पशुपक्षी, सणवार, घर, बाळ, पाऊस असे अनेक विषय हाताळतानाच बालकं ज्या अंगानं विचार करतात, त्या अंगाने त्यांची कविता विचार करते, ही बाब अत्यंत महत्त्वाची आहे. आपल्या सवंगड्यांचं बालकांना कोण कौतुक असतं! त्याचं उत्तम उदाहरण म्हणजे 'इंदर' ही कविता आहे. त्याचवेळी 'गोप्प्या' ही कविता बालमनाच्या निखळ संवेदनेची साक्ष ठरते. 'दादाची कविता' या कवितेतून छोट्या बाळूला अशा वेळी काय करायचं? हा प्रश्न जेव्हा टाळी वाजवून सुटतो, तेव्हा बालमनाचा कवीला सापडलेला सूर समजून येतो. कविता करण्यासाठी भरपूर वाचन करावं लागतं, हे कळणारा चिंटू मग वाचनाकडे न वळला तरच नवल!

'मामा की ऐनक'ची आठवण करून देणारी 'आजोबांचा चष्मा' ही कविता म्हणून जमाडजंमतच! कवीसंमेलनातील पक्षी आणि त्यानंतरचा पाऊस आणि ढगांचा प्रतिसाद हे निसर्गाशी जोडलेले नाते आहे. 'एकीचे बळ'सारख्या कवितेतून हाताळलेली कथा अनोखी आहे. काव्यसंग्रहाचे शीर्षक असणाऱ्या 'खाऊ हा पुरवून ठेवा!' या कवितेतून जलबचतीचा दिलेला संदेश तर अप्रतिमच आहे.

बालकांच्या बदलत्या भावविश्वाशी नाते जोडतानाच निसर्ग-पर्यावरण यासह भावनांना जोडून असणारी कवी सिनकर यांची बालकविता अधिक फुलत राहो.

कवितेचा हा खाऊ बालकांना अधिकाधिक मिळत राहो, ही शुभकामना!

- धनंजय गुडसूरकर, उदगीर

सृजनशील बालकवीच्या प्रतिभेचा उत्कट आविष्कार

बालकांच्या मानसिक, भावनिक, बौद्धिक विकासासाठी संस्कारक्षम वाचनसाहित्याची नितांत आवश्यकता असते. कवी विनोद सिनकर हे शिक्षक आहेत आणि अडीच दशकांहून अधिक काळ मुलांचे भावविश्व ते जवळून पाहत आहेत; म्हणूनच मुलांच्या भावविश्वातल्या कल्पना अतिशय उत्स्फूर्तपणे त्यांच्या 'खाऊ हा पुरवून ठेवा' या कवितासंग्रहातून अभिव्यक्त होतात. बालमनाशी सुसंगत, सहजस्फूर्त अशी ही अभिव्यक्ती निश्चितच बालमनाला साद घालणारी आहे. उत्तम साहित्यमूल्य असलेल्या या कविता बाल मनात संस्कारांची पेरणी करणाऱ्या आहेत.

- सतीश शं. पाटील, पुणे

मन, बुद्धी तृप्त करणारा खाऊ!

विनोद सिनकर हे संस्कारक्षम वयाच्या मुलांमध्ये सतत वावरत असतात. ते शिक्षकी वृत्ती मनापासून जोपासणारे, हळुवार मनाचे, प्रेमळ आणि संवेदनशील शिक्षक आहेत. खाऊ कोणाला आवडत नाही बरे? आबालवृद्ध सर्वांनाच खाऊ हवा असतो; पण या कवितेतला खाऊ फार वेगळा आहे. तो पोट भरण्याचा नाही; तर मन, बुद्धी तृप्त करण्याचा, आनंदाचा, उत्साहाचा, नवतेचा, निसर्ग आणि प्राणी पाहण्याचा, नाती जोडण्याचा, एकमेकांना प्रेम लावण्याचा, शाळेवर भक्ती करण्याचा, निसर्गात मुक्त स्वैर हिंडण्याचा हा खाऊ आहे. याची एकदा का चटक लागली, तर बालके निसर्गाशी, फुला-फळांशी, नद्या-सागराशी हितगुज केल्याशिवाय राहणार नाहीत. हा खाऊ तुमच्या मनाला तृप्तीची ढेकर द्यायला लावतो. मुक्त आकाशाखाली स्वच्छंदपणे बागडायला लावतो. मित्र-मैत्रिणींशी हितगुज करायला लावतो. प्रेमळ आजी-आजोबांच्या सहवासाची ओढ लावतो. गुरुजनांचा आदर करायला शिकवतो. तसेच आईची थोरवी गातो. तारे, वारे, पशुपक्ष्यांच्या संगतीत मीपणा विसरायला भाग पाडतो. मग खऱ्या अर्थाने तुम्ही एक स्वच्छंदी, आनंदी, सुदृढ निरोगी असे आजचे बालक, उद्याचे सजग नागरिक बनतात. अशी कवी विनोद यांना खात्री आहे म्हणून त्यांनी अमूल्य असा पुस्तकरूपी खाऊ ठेवलेला आहे, जो तुम्हाला सर्वार्थाने श्रीमंत आणि समृद्ध बनवेल! 'तो संपवण्याची घाई करू नका, तो पुरवून पुरवून आहिस्ता, समजेल तसा स्वतःत मुरवण्याचा प्रयत्न करा,' असे कवी विनोद सांगतात. ज्यामुळे बालकांचे पोटच नाही, तर मन-बुद्धी भरेलच. शिवाय ती समृद्ध आणि श्रीमंतही होईल. या पुस्तकामुळे कवी विनोद मुलांच्या मनात स्थान निर्माण करून घराघरात ठाण मांडतील, ही खात्री आहे. खूप छान, सहज, सुंदर, सोप्या भाषेत बाल आणि कुमारविश्व त्यांनी वाचकांसमोर उभे केले आहे. त्यांच्याकडून भविष्यात असेच उत्तम साहित्य निर्माण होवो. त्यांना खूप खूप शुभेच्छा!

- इंदुमती जोंधळे, पुणे.

बालकांचे भावविश्व आपलेसे करणाऱ्या कविता...

कवी विनोद सिनकर यांनी मुलांसाठी विपुल प्रमाणात बालकविता लिहिल्या आहेत. त्या अनेक ठिकाणी प्रकाशित असून अनेक संमेलनातून त्यांनी सादरही केल्या आहेत. या विषयवैविध्यपूर्ण बालकविता मुलांचे भावविश्व आपलेसे करणाऱ्या आहेत. कवितासंग्रहाच्या दुसऱ्या आवृत्तीचे स्वागत करू या!

- प्रशांत गौतम, छत्रपती संभाजीनगर

सारं काही हवंहवंसं...

कवी विनोद सिनकर यांचा 'खाऊ हा पुरवून ठेवा' हा बालकवितासंग्रह वाचताना मी अक्षरशः बालवयात गेलो. अखखं बालपण डोळ्यांत तरळू लागलं. बालकवितेतून कवीने वाचकास बालवयात घेऊन जाणं, हे काही साधारण लेखन नव्हे. हा बालकाव्यसंग्रह विलोभनीय असून वाचताना भावविभोर होऊन सुखावल्या विश्वात जाताना हरवलेलं बालपण पुन्हा नव्याने अनुभवास येऊ लागतं. सारं काही हवंहवंसं!

या संग्रहातील प्रत्येक कविता अंतर्मुख करणारी आहे. कवी विनोद सिनकर बालसाहित्यात आपला ठसा उमटवत आहेत. त्यामुळे आजच्या साहित्य वर्तुळात बालसाहित्यलेखन हरवत चाललंय, असं वाटायचं काही कारण नाही. कवी सिनकर यांचा सूचक मांडणीचा हा सफल प्रयत्न कौतुकास्पद आहे. द्वितीय आवृत्तीबद्दल त्यांचं हार्दिक अभिनंदन!

- धनंजय गव्हाले, सिल्लोड

'बालकवितांचा खाऊ'

'खाऊ हा पुरवून ठेवा' या बालकविता संग्रहातील पासष्ट कवितांपैकी बहुसंख्य कविता गेय स्वरूपातल्या आहेत. तालावर म्हणता येतील अशा रचना आहेत. कवी सिनकर हे स्वतः शिक्षक असल्यामुळे मुलांच्या भावविश्वातल्या, गाता येण्याजोग्या, तालावर म्हणता येण्याजोग्या, सोप्या, सुटसुटीत, प्रवाही भाषेतल्या रचना करण्यावर त्यांचा भर असल्याचं या संग्रहावरून जाणवतं. हा खाऊ मुलांनी घेऊन ठेवण्यासारखा आणि पुरवून ठेवण्यासारखा नक्कीच झाला आहे.

- मनोज तुळपुळे, पुणे

संस्काराचा दिवा तेवत ठेवणारी आशयघन बालकविता

कवी विनोद सिनकर हे विद्यार्थीप्रिय अध्यापक आहेत. मनामनांत संस्कारांचं बीजारोपण करणारे अध्यापक आहेत. त्यांच्या कविता आशयघन असून निरागस बालमनात संस्कारांचा दिवा तेवत ठेवणाऱ्या आहेत. बाल वाचकांना आवडणाऱ्या आहेत.

- दीपक पाठक,
शिरूड, (कालिका देवीचे),
जि. धुळे

मुलांना भावणारा, आवडणारा खाऊ...

माणूस आणि निसर्ग यांचं नातं अतूट आहे. त्याची बालवयातच ओळख व्हावी, यासाठी आईच चांदोबाला 'चांदोमामा' असे म्हणायला शिकवायची. इथे तर कवीने पावसालाच 'मामा'ची 'उपमा' दिली आहे.

पाणी जपून ठेवावं लागतं, जपून वावरात वापरावं लागतं, त्याप्रमाणे खाऊसुद्धा जपून ठेवा, अशी सूचना एका कवितेत पाऊसच करताना दिसतो. 'खाऊ हा पुरवून ठेवा' हे पुस्तकाचं शीर्षक गमतीशीर आणि जिज्ञासा जागृत करणारे वाटते. संग्रहातील सर्वच कविता उत्तम आहेत. त्या बालमनाला भावणाऱ्या आहेत. कवितांची रचनाही सहज-सुलभ अशी आहे. गेयता बडबडगीतांचा, बालगीतांचा अंगभूत गुण आहे. तो या कवितांमध्ये दिसतो. कवितांना आकर्षक चित्रांची जोड दिल्यामुळे पुस्तकाची मांडणी अधिक वेधक झाली आहे. बालमनात रुंजी घालणारे विषय कवितेत डोकावतात. आई बाबा, आजी, आजोबा, दादा, मामा अशी जवळची नाती. शाळा, घर, वर्ग, दप्तर, सुट्टी, मित्र असा बालवयातला इतर गोतावळा. याचबरोबर प्राणी, पक्षी, झाडे, निसर्ग, सण-समारंभ, खेळ, गाडी असे अनेक विषय आणि बालमनाला पडणारे काही प्रश्न त्याबाबतची उकल काही कवितेत झालेली दिसते. मुलांना भावणारा, आवडणारा हा खाऊ आहे. तो जपून ठेवावा, तो वारंवार हाताळावा, वाचावा, गुणगुणावा, म्हणावा, गावा असाच आहे. त्यामुळे भविष्यात या पुस्तकाच्या अनेक आवृत्त्या होतील. त्यासाठी मनापासून शुभेच्छा!

— श्रीकांत चौगुले, पुणे

रंजनातून सहज संदेश देणारी बालकविता

बालरंजन हे बालसाहित्याचे सगळ्यात महत्त्वाचे उद्दिष्ट हवे, त्यातून अगदी सहजतेने सुचवणे वा सांगणे हे पुढचे काम होय. विनोद सिनकरांनी हे काम अगदी अलगतपणे त्यांच्या काव्यरचनेतून केले आहे. त्यांच्या 'खाऊ हा पुरवून ठेवा' या कवितासंग्रहात बालविश्वातल्या खूप गोष्टी आहेत. येथे नात्यातला गोडवा आहे, घट्ट विणलेले मैत्रीचे धागे आहेत. बालकांना आवडणारे प्राणी, पक्षी, झाडे, वेली यांचा सहवास त्यांना या कवितांमधून अनुभवायला मिळतो. ट्रॅफिकदादा, पोलीसदादा भेटतो, ऋतू आणि त्यांची वैशिष्ट्ये अनुभवायला मिळतात, आंबा आणि आमरस, उन्हाळ्याच्या सुट्टीचा आनंदही लुटायला मिळतो. कवीला बालमनाची जाण आहे. त्यामुळे त्यांनी उत्तम कवितांची निर्मिती केली आहे.

— बबन शिंदे, हिंगोली

जादुई कल्पनांतून संस्कारांची पखरण...

प्रसिद्ध बालसाहित्यिक विनोद सिनकर यांची बालकविता बालकांच्या भावविश्वातल्या विषयांभोवती रुंजी घालणारी, साधे-सोपे शब्द आणि सुरेल तालाने चटकदार झालेली, कल्पनांच्या जादूने जादुई असणारी, बालभावनांनी उबदार झालेली आणि मुलांवर सहजपणे संस्कारांची पखरण करणारी आहे. संग्रहातील 'एक होते रोपटे' या कवितेप्रमाणे त्यांची कविता रोपट्याच्या पानांसारखी सुंदर, गोंडस आणि चमकदार झाली आहे.

बालकांनो, फस्त करा हा कवितांचा चविष्ट खाऊ! कारण विनोद सिनकर सर शिक्षक असून बालकांच्या सहवासात त्यांच्या कवितांच्या रोपट्याला खतपाणी घालत असतात आणि मग बालकवितांची सुंदर फुले तुमच्यासाठी उमलत राहतात. या संग्रहात 'देशाचे आम्ही पाचू' असे म्हणत त्यांनी कुमारांनाही शिक्षण, वाचन, शेती इत्यादींचे महत्त्व कवितांमधून पटवून दिले आहे. 'खाऊ हा पुरवून ठेवा'च्या दुसऱ्या आवृत्तीचे स्वागत आणि पुढील लेखनासाठी शुभेच्छा!

- माया दिलीप धुप्पड, जळगाव

बालजीवन सुखी, समृद्ध करणारी कविता

कवी विनोद सिनकर यांचा हा बालकाव्यसंग्रह प्रत्येक बालकाची नागरिकत्वाची पायाभरणी करून त्यांच्यासाठी भविष्यवेधी, आनंददायी नवी दालने खुली करणारा आहे; बालक, शिक्षक, पालक आणि अन्य वाचकांसाठीही दिशादर्शक आहे. दैनंदिन जीवनातील नित्यनूतन आणि सनातन अशा पासष्ठ बालकवितांमधून अनेक सुसंधींना गवसणी घालणारे कुतूहल शमेल, जिज्ञासा वाढेल, नवोन्मेषी दालने खुली झाल्याचा आनंदोत्सवही मिळेल.

प्रत्येक कविता जीवनानंदाशी किती, कुठे आणि कशी भिडलेली आहे, यातून बालकाचे व्यक्तिगत आणि सार्वजनिक जीवन सुखी आणि समृद्ध करणारी आहे. बालकांसह सर्वच बालस्नेहींना 'खाऊ हा पुरवून ठेवा' हा संग्रह उत्तम खाद्य सदैव पुरवेल, या विश्वासासह मुले बोलती, वाचती, लिहिती आणि उपक्रमशील होण्यासाठी अनेक बाजूंनी हा काव्यसंग्रह सुखद, आनंददायी आणि उत्साहवर्धक आहे.

- प्रा. विजयकुमार पाईकराव,
नाशिक

अनुक्रमणिका

शिस्त

एकदा आम्ही
गेलो बागेत,
तिथेही दिसल्या
मुंग्या रांगेत.

एकीला मी म्हणालो,
'मुंगीताई, मुंगीताई,
अगं इथे रांगेची
काही गरज नाही.'

'बागेत सार्‍यांनी
मुक्त खेळावं,
वाटेल तिकडे
हवं तसं पळावं.'

मुंगीताई म्हणाली,
'तुझं आहे खरं
तरीपण शिस्त
मोडणं नाही बरं.'

'तुझ्यासारखी मी
इकडे-तिकडे धावले,
तर अंगावर पडतील
माणसांची पावले.'

'पावले पडता
मी जाईन मरून,
आई बिच्चारी
रडेल ना दुरून.'

'म्हणूनच बागेत
हवं तसं खेळा,
पण आई-बाबांच्या
सूचनाही पाळा!'

माझा मित्र

माझा एक जिवलग मित्र
आवडतं त्याला काढायला चित्र

चित्रं काढतो रोज भारी
रंगवत बसतो दर रविवारी

त्याचं नाव आहे चंदर
अक्षरही त्याचं आहे सुंदर

करतो तोंडपाठ सूत्रे, पाढे
वाचतो फाडफाड इंग्रजी धडे

पुस्तकं वाचतो आवडीने
पत्रंही लिहितो सवडीने

मित्र माझा गुणी असा
सांगा तुमचा मित्र कसा ?

ससा

काय सांगू मित्रा
एक प्राणी भित्रा
दिसे सुंदर खासा
नाव त्याचे ससा

इवले सुंदर डोळे
दिसती किती छान
तेज त्याची दृष्टी
तसेच तेज कान

तीक्ष्ण त्याचे नाक
पाठीला सुंदर बाक
शुभ्र कापसी रंग
गुबगुबीत त्याचे अंग

शाकाहारी पाळीव प्राणी
गवत खातो आवडीने
शर्यतीत जिंकणारा तो
धावतो अति वेगाने

मुलांच्या गाण्यातला
गोंडस, लोभस छोटासा
गोष्टीत अढळ स्थान त्याचं
आवडतो मज फार ससा

माझी शाळा

ज्ञानाचा मळा
माझी शाळा,
आईचा लळा
माझी शाळा.

मित्रांचा मेळा
माझी शाळा,
गायीचा गळा
माझी शाळा.

माझी शाळा
स्वच्छ शाळा,
माझी शाळा
सुंदर शाळा.

म्हणते खूप खेळा
शिस्तही पाळा,
आवडते मजला
माझी शाळा.

नवा वर्ग

उन्हाळ्याची सुटी संपली,
शाळा सुरू झाली.
सगळी मुले पुन्हा,
शाळेत गोळा झाली.

नवा वर्ग, नवे मित्र,
नवे गुरुजी, सारे नवे नवे.
नवे विषय, नवी पुस्तके,
सारे वाटे हवे हवे.

नव्या वह्या, नवी पुस्तके
नीटनेटकी ठेवू या.
गुरुजींनी शिकवलेले,
नीट समजून घेऊ या.

कोणते विषय कठीण,
त्यांचा उतरवू या नक्षा.
हसत-खेळत शिस्त पाळत,
अभ्यास हीच परीक्षा.

आरंभशूर नाहीत आपण,
जिज्ञासेला जपू या.
वर्षभर नियमित अभ्यास,
अन् उत्साहाला टिकवू या!

पक्ष्यांची शाळा

पक्ष्यांनी भरवली शाळा,
मुख्याध्यापक झाला कावळा,
पोपट झाले शिक्षक,
अन् मैना झाल्या शिक्षिका.

विद्यार्थी होते चिमण्यांची पिले,
अशी पक्ष्यांची शाळा चाले.
पिलांनी मुख्याध्यापक पाहिले नव्हते,
त्यांना कावळागुरुजी माहीत नव्हते.

कावळागुरुजी एकदा पिलांसमोर आले,
त्यांना पाहून पळाली चिमण्यांची पिले.
भीतीने पिले रडरड रडली,
तेव्हापासून पक्ष्यांची शाळा बंद पडली.

वारा

वाऱ्या वाऱ्या, ये ना जरा,
तू तर माझा मित्र खरा.

हवा हे तर तुझेच रूप,
प्राणवायू आम्हा देतो खूप.

भिरभिर पंखे तू फिरवितो,
पतंग उंच आभाळी नेतो.

ढग हलवतो पाऊस पाडतो,
झाड हलवतो फळे पाडतो.

बागेतून येता गंध पसरवितो,
पवनचक्कीतून शक्ती देतो.

देतो असे सर्वांना खूप खूप,
म्हणून आम्हा आवडतोस खूप.

या बाळांनो

या बाळांनो
शाळेत या,
जीवन जाणण्या
शाळेत या.

ज्ञानाने उजळा
अज्ञान जाळा,
स्पर्धेत टिकण्या
शाळेत या.

प्राणी सांभाळा
पक्षीही पाळा,
भूतदया शिकण्या
शाळेत या.

स्वच्छता पाळा
आरोग्य सांभाळा,
ज्ञानाने सजण्या
शाळेत या.

कर्तव्य जाणण्या
शाळेत या,
चुकांना गाळण्या
शाळेत या.

भरपूर खेळा
शिस्तही पाळा,
संस्कार रुजण्या
शाळेत या.

अविचारा बडवण्या
शाळेत या,
देशाला घडवण्या
शाळेत या.

खोड्यांना टाळण्या
शाळेत या,
संस्कृती जपण्या
शाळेत या.

या बाळांनो
शाळेत या,
शाळेत या रे
शाळेत या.

राजूच्या स्वप्नात

राजूच्या स्वप्नात
पुस्तकं आली
गप्पागोष्टी ती
करू लागली.

आम्ही तर तुमचे
मित्र खरे
तरी आमच्याकडे
दुर्लक्ष का बरे?

कुणी काढी पानोपानी
वेडीवाकडी चित्रं
कुणी सुंदर चित्रांना
करती विचित्र.

शिक्षणाला तुमच्या
मदत आम्ही करतो
तरी राजू तूपण
रागे का रे भरतो?

कधी कधी आमचे
दुमडतोस कान
कधी एखाद-दुसरे
फाडतोसुद्धा पान.

अरे, आमचे जीवन
शिकणाऱ्यांसाठीच
तुम्हाला त्याची
जाणीव ही हवीच.

जाणीव ठेवशील नि
मोठ्ठा होशील
पुस्तकांचं महत्त्व
साऱ्यांना सांगशील!

एक होती इटुकली

एक होती इटुकली,
इटुकली होती धिटुकली.

एकदा घरातून सटकली,
सगळीकडे भटकली.

एका रानात अटकली,
शिकाऱ्याने हटकली.

त्याला गोष्ट खटकली,
त्याने तिला फटकली.

घरी आणून पटकली,
धिटुकली आईला चिटकली.

आई, ये इकडे

आई आई, ये इकडे,
माझ्या संगे खेळ गडे.

तुला बाबांना वेळ नसतो,
मी एकटाच खेळत बसतो.

बघ ना तो चंदू डांगे,
खेळतो रोज बहिणीसंगे.

शेजारची तृप्तीताई,
भावासंगे खेळत राही.

मलाच का ग कुणी नाही,
खेळाया सोबत आई?

तू तरी आता ये इकडे,
माझ्यासंगे खेळ गडे.

टीव्ही, मोबाईल नको मला,
सोडून दे त्या नोकरीला.

तुझ्या हाते भरव मला,
अभ्यासाला बसव मला.

सोड सगळे, जाऊ दे तिकडे,
माझ्यासंगे खेळ गडे!

ओळखलंत काय ?

एक गरीब प्राणी
असतो खूप उंच,
उंची त्याची काय सांगू
ऐंशी-नव्वद इंच!

रुबाबदार नसेल पण
भला मोठा दिसतो,
मुलांना आवडणाऱ्यांत
त्याचा नंबर असतो.

ज्याच्या पाठीवर असतो
एक मोठा उंचवटा,
त्याच्या पाठीवर बसून मुलं
करतात बाय बाय टाटा.

उंच त्याची मान अन्
लांब त्याचे पाय,
'वाळूतलं जहाज' तो
आता ओळखलंत काय ?

एक होते रोपटे

एक होते रोपटे
दिसायला छोटे,
त्याच्याकडे पाहून
भारी मजा वाटे.

पाने त्याची
छान छोटी,
हिरवी हिरवीगार
आणि पोपटी.

कित्ती गोंडस
कित्ती सुंदर,
मऊमऊशार
आणि चमकदार.

रोज पाणी
त्याला दिले,
रोपटे छान
वाढू लागले.

फांद्या फुटल्या
फुलली पाने,
वाऱ्यासंगे
गाई गाणे.

वाढता वाढता
झाले झाड,
पुरवते आता
आमचे लाड.

असं कसं?

मोठे आम्हाला सांगतात
नेहमी खरं बोलावं,
त्यांनी मात्र शेजाऱ्यांशी
खूपदा खोटं बोलावं ?

म्हणतात कसे
इतरांशी प्रेमानं वागावं,
स्वतः मात्र आपापसात
भांडतच राहावं ?

आम्हाला म्हणतात,
प्राण्यांवर प्रेम करावं,
त्यांनी मात्र खाण्यासाठी
कोंबड-बकरं मारावं ?

म्हणतात आम्ही
प्रत्येक काम वेळेवर करावं,
स्वतः मात्र लहानसं
चॉकलेट आणायला विसरावं ?

म्हणतात कसं मुलांनो,
टी. व्ही. कमी पाहावा,
स्वतः मात्र रविवारी
दिवसभर सुरू ठेवावा ?

हत्ती

एकदा गेलो 'झू'मध्ये
तिथे पाहिला हत्ती
पाहताक्षणीच काय सांगू
मला आवडला कित्ती!

भली मोठी सोंड त्याची
सुपाएवढे कान
इवली आखूड शेपटी
डोळे बारीक छान!

जाडजूड पाय त्याचे
जणू चार खांब
पांढरेशुभ्र दोन सुळे
खायच्या दाताहून लांब!

वजन पाचसहा टन
ऐटबाज शाकाहारी
दिसे मोठा अगडबंब
हत्ती असा लई भारी!

ट्रॅफिकदादा

ट्रॅफिकदादा ट्रॅफिकदादा,
काळजी तुम्ही घ्या.
रस्त्यावर असताना तुम्ही,
मास्क लावून घ्या.

परवा आमच्या गाडी जवळ
तुम्ही उभे राहिला,
वाहतुकीचा ताण तुमच्या
चेहऱ्यावर मी पाहिला.

दिवसभर नाकातोंडात
धूर-धूळ घेता,
ऊन-थंडी-पावसातही
वाहतूक नीट करता.

वाहनांचा धूर आधी
तुमच्याच शरीरात जाणार,
प्रदूषणाचा त्रास दादा
तुम्हालाच जास्त होणार.

तुम्हीच पडलात आजारी
तर साऱ्यांचीच बेजारी,
त्रास तुम्हाला, परिवाराला
अन् रस्त्यावर वावरणाराला.

दिवसभर तुम्ही उभेच,
थोडावेळ बसून घ्या.
भूक लागता वेळोवेळी,
काही तरी खाऊन घ्या.

ट्रॅफिकदादा नियमित तुम्ही,
मास्क लावत जा.
स्वतःची काळजी हाही एक
टास्क ठेवत जा!

पक्ष्यांचे कवी संमेलन

पक्ष्यांनी भरवले कवी संमेलन
जमले सारे पक्षीगण
पोपटराव आले, मैनाताई आल्या,
कावळेदादा आले, चिऊताई आल्या.

कोकीळ-कोकिळा आली जोडी,
मागून आले कोंबडा-कोंबडी,
घार आली अन् कबुतर आले,
लांडोर अन् मोर शेवटी आले.

पक्षीराज मोर अध्यक्ष झाले,
गरुडाने संमेलनाचे उद्घाटन केले.
कविता वाचनाला सुरुवात झाली,
मैनाताईची कविता खूप छान झाली.

एक-एक पक्षी कवी येऊ लागले,
आपापली कविता गाऊ लागले,
रानातले इतर पक्षीही जमले,
कविता ऐकण्यात सारेच रमले.

कुणालाच नव्हते वेळेचे भान,
शेवटी होता मोराचा मान,
मोराला त्या काही गाता येईना,
म्हणाला, 'मी नाचतो गाईन मैना.'

मोर अन् लांडोर नाचू लागले,
मैनेसोबत सारे गाऊ लागले,
ढगांच्या कानी आवाज गेला,
गडगडून त्यांनी प्रतिसाद दिला.

आनंदाने भारले वातावरण,
असे रंगले कवी संमेलन.
शेवटी आल्या पावसाच्या सरी,
पक्षी परतले आपापल्या घरी.

असा असावा मित्र

सदासर्वदा मनी वसावा
असा असावा मित्र,
सुखदुःखात साथ देण्याचे
जपावे त्याने सूत्र.

बारीकसारीक गोष्टींबाबत
चर्चा करावी त्याने,
हिंमत माझी खचता
ऊर्जा द्यावी त्याने.

यश मिळताना असावाच तो
आनंदात मिसळून जावा,
हुरळुनी माझी चुकता वाणी
चिमटा मज काढावा.

चुकते पाऊल पडताना
जाणीव त्याची द्यावी,
फिरवावे ते योग्य दिशेला
जोखीम सांभाळावी.

सुखात त्याने दादा व्हावे
दुःखसमयी व्हावे आई,
मग तर आमच्या मैत्रीची
सारे जग देईल ग्वाही!

देशाचे आम्ही पाचू

हसू, खेळू, नाचू
आणि पुस्तक वाचू
हे सारे करता करता
ज्ञानाचे कण वेचू.

लबाडांचा बुरखा खेचू
अन्यायाला ठेचू
त्यासाठी कंबर खोचू
या देशाचे आम्ही पाचू.

एक होते गाव

एक होते गाव,
'मकापूर' त्याचे नाव.
गाव होते नदीतीरी,
घरन्घर शेती करी.

शेतात राबती सारे,
माणसे बायका पोरे.
कष्ट येती फळाला,
शेत लागे बहरायला.

शेते सारी हिरवीगार,
पाहून गाव आनंदी फार.
हिरवी शेती डोलू लागे,
वारा कणसांशी बोलू लागे.

कणसे होती मक्याची,
मज्जा होई खाण्याची.
कणसात दाणे खूप खूप,
खाणारांचीही मजा खूप.

कणसे खाऊन माणसे खूश,
पैसे घेऊन शेतकरी खूश.
कणसे विकत शेतकरी,
मिळाले पैसे नेत घरी.

असे कष्टकऱ्यांचे मकापूर
दिसे सदा आनंदी भरपूर!

दिवाळीचा सण

आला दिवाळीचा सण,
आनंदाची उधळण.
येती गावाच्या ओढीने,
आनंदाने सारेजण.

लेकी येतात माहेरी,
हर्षोल्हास घरोघरी.
बालगोपालांसवे त्या,
नेसती वस्त्रे भरजरी.

लाडू, चकल्या, करंजी,
खाण्या बालकांची रुंजी.
बाया-बापडे-वृद्धांना,
कळे संसारातील सांजी.

जेवणात वरणभात
भजे, पापड, कुरडया,
टोपलीतले पदार्थ
फस्त होतात लीलया.

लक्षदीप उजळती,
फटाक्यांच्या संगती.
बालगड्यांच्या गप्पांत,
आठवांच्या लक्षज्योती.

प्रकाशाचा असे सण,
उजळतो जनमन.
जीवनातला आनंद,
अनुभवती सारेजण.

एक दोन तीन चार

एक, दोन, तीन, चार,
आईबाबांना नमस्कार.

पाच, सहा, सात, आठ,
प्रार्थना करू तोंडपाठ.

नऊ, दहा, अकरा, बारा,
चला थोडा अभ्यास करा.

तेरा, चौदा, पंधरा, सोळा,
सारे मित्र होऊ गोळा.

सतरा, अठरा, एकोणीस, वीस,
खेळू डब्बा ऐसपैस.

इंदर

इंदर आमचा मित्र,
काढतो सुंदर चित्र.

कथा, कविता वाचतो,
ठेक्यावर भारी नाचतो.

भाषणे, नाटके करतो,
कार्यक्रमांत रंग भरतो.

बासरीही मधुर वाजवतो,
गॅदरिंग आमचे गाजवतो.

वेड त्याला क्रिकेटचे,
रेकॉर्ड करतो विकेटचे.

मैदाने इंदर गाजवतो,
आम्ही टाळ्या वाजवतो.

दप्तराचे नाही ओझे !

आई म्हणे राजूला,
'उठ राजू उठ!
शाळेची वेळ होईल,
लवकर उठ.'

राजू म्हणे आईला,
'नको करू घाई,
दप्तराचे ओझे नेऊन
त्रास मला होई.'

त्याला उठवत आई म्हणे,
'ओझे नाही आता
पाठदुखीच्या नेहमीच्या
नको मारू बाता.'

कुतूहलाने राजू आईला
पुन्हा पुन्हा विचारी,
'ओझे आमचे दप्तराचे,
कमी झाले खरोखरी?"

आई सांगे राजूला,
'दप्तर आणले पाहा जरा
माझ्या लाडक्या राजाचा
त्रास कमी झाला खरा!'

'हलके दप्तर घेऊन आता
तू शाळेला जा राजा,
अभ्यास थोडा, भरपूर खेळ
येईल किती मजा!'

लगेच उठला राजू,
त्याने दप्तर चाचपले.
पाहून हलकेसे दप्तर,
मन त्याचे आनंदले.

घाईघाईने करून तयारी
राजू म्हणाला आईला,
'दप्तराचे नाही ओझे
मी निघालो शाळेला!'

आला आला रे पाऊस!

आला आला रे पाऊस,
सृष्टी झाली ही आनंदी.
तहानेल्या चातकाच्या,
तृषातृप्तीची ही नांदी.

आला आला रे पाऊस,
धरणीमाय तृप्त झाली.
बळीराजा झाला तृप्त,
त्याची चिंता दूर झाली.

आला आला रे पाऊस,
शेतं झालीत हिरवी.
बळीराजाची ती राणी,
तिथं गोफण फिरवी.

आला आला रे पाऊस,
कणसात भरला दाणा.
किसानाची गेली चिंता,
मनी आनंद मावेना.

आला आला रे पाऊस,
शेतं भरून पिकली.
बळीराजाच्या आशेची,
लाज मेघांनी राखली.

आला आला रे पाऊस,
वाटे चिंता लुप्त झाली.
परी बळीराजासाठी,
सालभर गुप्त झाली.

माझी आजी

आजीचं वय आज
आहे एकोणऐंशी,
तरी तिच्या उत्साहापुढे
तरुणींचीही ऐशीतैशी.

याही वयात आजी
करत नाही आराम,
नित ईशचिंतन करते
सदा प्रिय तिला काम.

नातलग सगेसोयरे
असो शेजारीपाजारी,
साऱ्यांचा तिला कळवळा
भावनाच तशी उरी.

सतत जपलीत तिने
स्वच्छता, टापटीप, काटकसर,
नाहीच तिच्या स्वभावाची
येणार कुणाला सर.

म्हणो कुणी काही
करो कुणी टीका,
खरं तिचं असल्यावर
नाही सोडणार हेका.

कर्में तिची थोर आहेत
जरी शिक्षण-उंची सान,
साऱ्यांनी घ्यावा आदर्श
अशी 'माझी आजी' महान!

दादाची कविता

दादाने एकदा कविता केली,
आईला ती खूपच आवडली.

बाबांनी कवितेचे वाचन केले,
ताईने तर कविता गायनच केले.

छोट्या बाळूला सुचेचना,
काय करावे अशावेळी.

बाळूने मग इकडेतिकडे पाहिले,
बाबांनी त्याला हळूच विचारले,

'कविता कशी वाटली बाळ्या?'
चटकन त्याने वाजवल्या टाळ्या.

दादाला खूप खूप आनंद झाला,
सगळ्यांनी मिळून तो साजरा केला.

आजोबांचा चष्मा

एकदा मोठी गमंत झाली,
आजोबांच्या चष्म्याची खूप मजा आली.
आजोबांचा चष्मा हरवला,
मग राग त्यांचा अनावर झाला.

आजोबांनी आम्हाला बोलावले,
चष्म्याबद्दल विचारले.
दादाला रागावून ओरडले,
ताईवर आजोबा खेकसले.

मग आजोबा माझ्याकडे वळले,
तोवर सारे जण शोधू लागले.
चष्मा कुणाला सापडेना,
आजोबांचा राग ओसरेना.

सर्वांनी शोध शोध शोधला,
नाहीच कुणाला सापडला.
आजोबांनी मारला कपाळावर हात,
चष्मा आला त्यांच्या हातात.

चष्मा आजोबांच्या डोक्यावर,
शोधले मात्र सारे घर!

आमची गाडी

गाडी आमची
नवी कोरी.

किती सुंदर!
किती भारी!

फिरवून आणी
आम्हा सर्वा

यंत्रयुगातली ही
सुंदर परी!

काळा चकमदार
रंग छान.

जांभळे पट्टे
वाढवती शान.

शाळेत, बागेत
शहरात नेते.

शेतात, निसर्गात
वेगे धाव घेते.

गाडीवर बसता
बाबा बनती राजा,
आई माझी राणी,
भाऊ बाळराजा.

गाडीवर बसता
बाळराजा हसे,
गाडीचीही कळी
खुलून दिसे.

अशी आमची दुचाकी
आहे किती छान!

तिचा आहे आम्हा
खूप खूप अभिमान!

ओझ्याविना शिक्षण घेऊ

थोडी पुस्तके नि वहीसोबत
घेऊ थोडासा खाऊ,
नाही दप्तराचे ओझे
आनंदाने शाळेत जाऊ!

शिक्षकांनी सांगितलेले
नीट ध्यानी घेऊ,
कुणी काही विचारता
चटकन् उत्तर देऊ.

आनंदाने नाचू सारे
नाचत गाणे गाऊ,
हसू, खेळू, शिस्त पाळू
आनंदाने सारे राहू.

नाही भांडण, नाही तंटा
आपण सारे भाऊ,
मधली सुटी होता आपण
मिळून सगळे जेवू.

अभ्यास चांगला करू
ओझ्याविना शिक्षण घेऊ,
नाही दप्तराचे ओझे
आनंदाने शाळेत जाऊ!

माझी सायकल

आहे न्यारी लई भारी,
एकदम झकास माझी सायकल.

टोकू नका नजर लागंल,
बोलू नका कुणी ऐकंल.

रस्ता कसाही चाले भन्नाट,
रेसच्या रोडवर धावे सुसाट.

अडथळा येता वाजे ट्रिंग ट्रिंग,
रेसमध्ये अव्वल ढिंच्यॅक ढिंग.

रावरंक घ्या स्वस्तात मस्त,
आजारा पळवा, राहा तंदुरुस्त.

चालवा नियमित, आरोग्या फायदा,
प्रदूषणालाही आळा हा तिचा वायदा.

वाचन

करा करा रे वाचन
त्याने मिळेल तुम्हा ज्ञान,
ज्ञानप्राप्तीसाठी खास
हवी वाचनाची आस.

ऐशी वाचनाची आस
लाभे ज्ञानाचा प्रकाश,
ऐसा ज्ञानाचा प्रकाश
करी अज्ञानाचा नाश.

होई अज्ञानाचा नाश
दरवळे ज्ञानाचा सुवास,
घेता वाचनाचा ध्यास
होई मनाचा विकास.

वाचा वाचा रे पुस्तक
ज्ञाने भरील मस्तक,
ऐशी वाचनाची करणी
वाचक होईल हो ज्ञानी.

आई

आई, माता, माय, माउली,
मॉम, मम्मी, माँ, मदर,
तुझ्याप्रती आहे आजही,
साऱ्या जगाला आदर.

तू मुक्या बाळाचे मुख,
तूच दुःखी बाळाचे सुख,
डोळा अंधसुताचा तूच,
कान बहिऱ्या पुत्राचा तूच.

तू संस्कारफळाचा मळा,
तू साऱ्या जगाची शाळा,
तूच स्त्रीत्वाचा खरा मान,
तूच साऱ्या जिवांचे भान.

सागराएवढं प्रेम तुझं,
आभाळाएवढी माया,
लेकरांच्या भल्यासाठी,
झिजवते तव काया.

मेणाहुनी मऊ तू,
मधाहुनी मधुर,
पुत्रप्रेमापोटी होतेस,
वज्राहुनी कठोर.

आई, कर्तृत्वाची खाण तू,
कर्तव्याची जाण तू,
तू घराघराची शान,
साऱ्या जगाचा अभिमान!

ऐका आमची ही गाणी

चिमणा-चिमणी करती
चिव चिव चिव,
टेलिफोन, मोबाईल नको माणसा
पत्रात ओत रे जीव.

कावळोबा काळे करती
काव काव काव,
झाड नको तोडू माणसा
लाव झाडे लाव.

टिटवी कशी ओरडते
टिव टिव टिव,
अघटित घडेल रे माणसा
कर पक्ष्यांची कीव.

कोकिळेचे मधुरगान
कुहू कुहू कुहू,
जीवन होई गाणं माणसा
झाडे लाव पाहू.

मोर सांगे आम्हा
माझा आवाज नाही बरा,
सांगतो तरी ध्यानी ठेवा
वृक्षच मित्र खरा!

पोपटदादा बोलती कसे
गोड गोड गोड,
झाडे लाव-वाढव माणसा
वृक्ष तोड सोड.

सारे पक्षी मिळुनी सांगती
ऐका आमची ही गाणी,
मिळेल तुम्हा जीवन
आणि आम्हा दाणापाणी.

माझा दोस्त

शंकर माझा दोस्त,
सखा लई मस्त.
शिक्षणासाठी बिच्चारा,
करतोय खूप कष्ट.

अभ्यास नि स्पर्धांतही,
शंकर सतत असतो पुढे.
गाणी, गोष्टी सुविचार,
तोंडपाठ त्याला धडे.

गणित, विज्ञान, इंग्रजी,
सगळं आवडीनेच अभ्यासणार.
पहिला नंबर दरवर्षी,
हमखास तोच घेणार.

त्याचे कष्ट, जिद्द पाहून,
सगळ्यांनाच वाटतो हेवा.
शंकर आमची प्रेरणा,
असा मित्र प्रत्येकाला हवा.

गोप्या

गोप्या चाले भराभर,
मागे पोरे भाराभर.
कुणी मारी त्याला खडे,
कुणी टपला मारी डोक्यावर.

त्रासून जाई गोप्या,
जीव होई रडवेला.
गावभर मागूनही,
कुणी देईना खायला.

गोप्या साऱ्यांचा चाकर,
सारे छळती गोप्याला.
कुणी देईना भाकर,
गोप्या उपाशीच मेला.

भटकत राही गोप्या तेव्हा,
मजा घेई गाव सारा.
पण मेल्यावर म्हणती सारे,
'गोपा' गेला हो बिचारा.

काजवा

एकदा चंद्राने अक्रीत पाहिले
काजव्याला त्याने चमकताना पाहिले
जागा झाला अहंकार त्याचा
वाटले त्याला आपण असताना
काजव्याने का चमकावे?
म्हणाला काजव्याला, 'प्रकाश माझा
भारुनी टाकतो साऱ्या गगनाला.
शांती देई रात्रीची अवघ्या धरतीला.'
काजवा त्याचा 'अर्थ' समजला.
'खरोखर माझा प्रकाश कमीच' म्हणाला.
चंद्राला वाटले, 'हा आपल्या तेजाला भ्याला.'
नंतर ढगाआडून गुपचूप पाहू लागला,
तरी त्याला काजवा अधिक आनंदाने
अधिक तेजाने चमकताना दिसला.
आता मात्र चंद्राचा नाईलाज झाला,
अन् काजव्याला त्याने आपला सहकारी मानला.

झाड सळसळून हसले

एकदा बसलो होतो
मी झाडाखाली,
रडत कुणी असल्याची
शंका मला आली.

इकडे-तिकडे पाहता
नाहीच कुणी दिसले,
इतक्यात माथी पडलेले
थोडेसे पाणी पुसले.

वाटले भर उन्हात
वरून पाणी कसले ?
मुसमुसण्याचा येई आवाज
झाड रडताना दिसले.

झाड बोलू लागले,
'तुम्हा देतो खूप काही,
तरी मानवास आमची
मुळी काळजी नाही.'

'पाने, फुले, फळे देतो,
डिंक, काड्या, मुळे देतो,
शुद्ध प्रसन्न हवा देतो,
जगण्या प्राणवायूही देतो.'

'देत राहतो जन्मभर
अन् मेल्यावरही लाकडे,
म्हणूनच आज तुला
घालतो एक साकडे.'

'प्रत्येकाला सांग,
लावा एक तरी झाड,
प्रदूषण जाईल पळून,
येणार नाही प्रगतीआड.'

'मिळेल शुद्ध हवा, पाणी,
मुबलक सारे काही,
निसर्गाची काळजी घ्या,
पळून जाईल रोगराई.'

मी वचन देता ते
छान सर्वांगी दिसले,
आनंदे मजकडे पाहत
झाड सळसळून हसले!

सुट्टीही दे ना मस्त!

पावसा, दोस्ता काय असं करतोस?
माणसांच्या वागण्याचा का राग धरतोस?

कधी कधी रागावून निघून जातोस असा,
तुझ्या न येण्यानं माणूस रडतो ढसाढसा!

कधी कधी माणसावर इतका होतोस मेहरबान,
माणूस मग आनंदात विसरतो रे देहभान!

कधी कधी लावतोस असा काही धोधाटा,
जणू चुकलेल्या माणसाच्या पाठी धपाटा!

कधी कधी रिपरिपण्याची येते तुला लहर,
कामे साऱ्यांची ठप्प इतका करतोस कहर!

कधी इतका कोसळतोस तू मुसळधार,
माणसांच्याही डोळ्यांना मग लागते संततधार!

कधी कधी माणसांवर इतका रागे भरतोस,
माणूस-प्राणी-पक्षी साऱ्यांचे नुकसान करतोस!

माणसंच मोठी अप्पलपोटी अन् बेफिकीर,
तुझ्याप्रती कृतज्ञतेची करत नाहीत फिकीर!

जाऊ दे रे! सोड राग, तू तर आमचा दोस्त,
वारा, गारा, पाऊसधारा, सुट्टीही दे ना मस्त!

झाला आनंद माझ्या मनाला

आला आला रे पाऊस आला,
झाला आनंद माझ्या मनाला.
आला आला रे पाऊस आला,
झाला आनंद साऱ्या जनाला.

वाहू लागले सारे पन्हाळ,
झाली साऱ्यांची हो धावपळ.
गाव सारा हा धुऊन निघाला,
झाला आनंद साऱ्या जनाला.

वाटा-वाटांवर चिखलराडा,
रस्ता वाहे भरून दोन्ही कडा.
झाडापानांत सुगंध फुलला,
झाला आनंद साऱ्या जनाला.

विहिरी तळ्यांत तुडुंब पाणी,
बळीराजा गातोया गाणी.
पारावार न त्याच्या हर्षाला,
झाला आनंद साऱ्या जनाला.

प्राणीपक्षीही आनंदे खुलले,
मन साऱ्यांचे हर्षाने डुलले.
फुटले अंकुर साऱ्या मौनाला,
झाला आनंद साऱ्या जनाला.

नद्यानालेही तुडुंब भरले,
दुष्काळाचे ते दिवस सरले.
पावसाचाच सारा बोलबाला,
झाला आनंद साऱ्या जनाला.

सद्गुणांची खाण

माझा एक दोस्त,
आहे फार हुशार.
गरिबीने मात्र बेजार,
म्हणून कष्ट करतो फार.

पहाटे उठतो लवकर,
आवरतो सारे भरभर.
निघतो मग सायकलवर,
पेपर वाटतो घरोघर.

कामे आवरून येतो घरी,
आईला रोज मदत करी.
मग शाळेत जायची तयारी,
त्याची सारी तऱ्हाच न्यारी.

तोंडपाठ सूत्रे-पाढे आणि
सुविचार, गोष्टी, गाणी,
भाषणे करतो भारी अशी,
वाटे ऐकत राहावी वाणी.

दोस्त माझा असा,
आहे सद्गुणांची खाण.
एकमेकांसाठी आम्ही,
आहोत जीव की प्राण.

चिंटू आला कवी संमेलनातून

चिंटू आला कवी संमेलनातून,
वाटले त्याला लिहावी कविता.
मनात विचार घोळू लागले,
कल्पनेचे सूर जुळू लागले.

जुळलेली कविता आठवली,
वाटले मनात साठवली.
कागद पेन घेईपर्यंत,
ती कविता विसरला.

तरी कविता लिहावीच,
म्हणून बसला लिहायला.
एक-दोन कविता लिहिल्या,
पुन्हा वाचल्या दुरुस्त केल्या.

पुन्हा वाचल्या आणि खोडल्या,
खोडून लिहिल्या, लिहून खोडल्या.
तरीही मनास त्या ना रुचल्या,
म्हणून रागाने सगळ्याच फाडल्या.

मग ठरविले मनात,
'दंग होऊ वाचनात,
तेव्हा भर पडेल ज्ञानात.
मग कविता लिहीन क्षणात!'

जीवसृष्टी

स्वार्थामुळे जंगले गेली,
जमिनीची धूप झाली.

धूप झाली नि माती गेली,
मातीविना पिके गेली.

जंगल नाही, माती नाही,
पाणी धराया साधन नाही.

वने नाहीत, पाणी नाही,
वन्यपशू राहिले नाही.

असे सारे नाही नाही,
मग मानव तरी कसा राही?

अखेर सारे नाही नाही,
वाटे जीवसृष्टी नष्ट होई!

बिचारी मुले

मुलांच्या लहानशा चुकादेखील
मोठ्यांना 'घोडचुका' वाटतात.
मोठ्यांच्या चुका झाल्यावर,
'मुद्दाम चुकलो' म्हणतात.

मुलांचे सकाळी उशिरा उठणे,
हा मुलांचा 'आळस' असतो.
मोठ्यांचे उशिरा उठणे,
तो मात्र 'आराम' असतो.

मुलांचे आपसांत बोलणे,
मोठ्यांसाठी 'गोंधळ' असतो.
मोठ्यांचे आपापसांत ओरडणे,
ही 'चर्चा' किंवा 'संवाद' असतो.

मुलांचे मोठ्याने हसणे,
म्हणजे 'दात काढणे' असते.
मोठ्यांचे खळखळून हसणे,
ते 'मनमोकळे हसणे' असते.

मुलांनी थाप मारली,
तर ते 'खोटे' बोलणे असते.
मोठ्यांचे खोटे मात्र
'गंमत करणे' असते.

मुलांनी मित्रांसोबत जाणे,
म्हणजे 'हुंदडणे' असते.
मोठ्यांच्या फिरायला जाण्याला,
व्यायामाचे कारण असते.

मुलांचे एखाद्याला 'गाढव' म्हणणे,
'शिवी देणे' ठरते.
पण मोठ्यांनी 'गधड्या' म्हणणे,
ते मात्र रागावणे असते.

सारेच उपदेश म्हणजे,
'मुलांसाठी शिक्षण' असते.
मोठ्यांना मात्र नेहमी त्यांच्या
'मोठेपणाचे संरक्षण' असते.

मुलांचे वागणे मोठ्यांना
नेहमी 'चुकीचे' वाटते.
कारण त्यांनाही त्या त्या वेळी,
'त्यांचे लहानपण' आठवते.

तू प्रेमाचा सागर आहेस!

आई, तू कशी ? कळेना,
माझ्या मनात सदा कोडे.
कधी चिडते, कधी मारते,
कधी बोलतेस किती गोड !

सकाळी सकाळी म्हणते कशी,
'उठ माझ्या सोन्या बाळा.'
मी आढेवेढे घेतो तरी,
लाडीगोडी लावतेस किती वेळा.

एकदाचा मी उठून बसतो,
तुला जरी येतो राग,
तरी म्हणतेस, 'आवर बेटा,
आटप-आटप, किती म्हणू सांग.'

मी उठतो, दात घासतो,
लवकर आवरून करतो स्नान.
आवरतेस तू भरभर सारे,
घड्याळाचे ठेवतेस भान.

जातेस तू कामाला,
मीही जातो शाळेला.
शाळेनंतर क्लासहून येतो,
तूही येतेस त्याच वेळेला.

तेव्हा मात्र आई तू
चिडचिड किती करतेस ?

एवढ्या तेवढ्या गोष्टीसाठी,
किती रागे भरतेस ?

म्हणते, 'काहीच करत नाहीस,
सतत खेळायला पळतोस.
अभ्यास नाही, शिस्त नाही,
का रे असा छळतोस ?'

आदळआपट करते, चिडतेस, मारतेस,
'उपाशीच ठेवीन' असे मला म्हणतेस.
मात्र स्वयंपाक झाल्यावर रोज मला,
'आजचा दिवस' माफ करतेस.

प्रेमाने मला भरवतेस घास,
हट्टी बाळाला गोष्ट सांगतेस खास.
कुरवाळत कुशीत झोपवताना,
संस्कारांची वाढवतेस रास.

आई, तू प्रेमाचा सागर आहेस !
माझ्या चुका पोटात घेतेस,
आता सारं कळलंय मला,
त्रास देणार नाहीच तुला.

शिदोरी

जवळ असतं, सहज मिळतं,
त्याची किंमत कळत नाही.
आपलं तसंच होत असतं,
जोवर जवळ असते आई.

देते आई रोज डबा,
आम्ही पूर्ण खात नाही.
मोठे झाल्यावर मात्र,
मेसचे अन्न जात नाही.

आई थोडं रागावली,
तरी रडू येतं फार.
मोठेपणी हव्या वाटतात,
तिच्या चापटपोळ्या चार.

शाळेत पेपरला जाता,
सूचना द्यायची फार.
कॉलेजात परीक्षेवेळी,
तिची आठवण येते यार,

चुकल्यावर सांत्वन केलंय,
कौतुकवेळी आनंदानं भरवलंय.
कॉलेजात प्रत्येक बक्षिसावेळी,
तिच्या आठवणींनी रडवलंय.

ज्याच्याजवळ रग्गड संपदा,
त्याला कुठे रुपयाची किंमत?
अन्नासाठी नडते त्याला,
कळते पै-पैचीही किंमत.

म्हणून म्हणतो बालपणीच,
आईसोबत खूप जगून घ्या.
कुठेही जा, पण तिची शिदोरी
सोबत राहील हे जाणून घ्या!

बाळा

एक होता भोळा बाळा,
रंग त्याचा काळा-काळा.

सारा गाव बिचाऱ्याला,
चिडवी 'काळा बाळा'.

नाही डोक्यात अक्कल,
दिसे डोक्याला टक्कल.

नाही गुंड्या सदऱ्याला,
नाही चड्डीला बक्कल.

एका हाते धरी चड्डी,
दुसऱ्याने पुसे नाक.

भटके तो दिन-रात,
कोणाचाही नसे धाक.

मिळेना पुरते पोटाला,
असेच जीवन जगला.

अशासाठीच का देवा,
त्याला जन्माला घातला?

आठव दाटे

मामाचे पत्र आहे कुठे?
राहून राहून आठव दाटे.
आत्या, मावशी, आजोबा, काका,
कुणाचा असतो पत्रासाठी हेका?

महिन्यात किमान एखादे,
पत्र पाहायला मिळायचे.
त्यातल्या शब्दाशब्दातून,
भाव, प्रेम कळायचे.

पत्र लिहायला-वाचायला,
शेजारी कुणीही बोलवायचे.
भराभरा लिहितो, खडाखडा वाचतो,
म्हणत कौतुक करायचे.

पत्रातली घटना दुःखाची तर,
हळूहळू गावभर कळायची.
गावातली माणसे त्या दुःखाने,
मनोमनी हळहळायची.

आनंदाची वार्ता तर,
वाऱ्यासारखी पसरायची.
गुळ-साखर खाण्यात सारी,
राग-लोभ विसरायची.

पत्रलेखन-वाचन आता,
खरोखरीच हरवतेय.
अप्पलपोट्या वातावरणाने,
नाते-मैत्र दुरावतेय.

दोस्ती करा यशाशी

पिंपळवृक्षावरती भरते,
आम्हा पाखरांची शाळा.
गुरुजींच्या गोड गोष्टींनी,
लाविला शाळेचा लळा,
नि भरतो आनंदाचा मेळा.

पोपट गुरुजी सांगती आम्हा,
'गोड हसावे, गोड दिसावे,
सकळां गोड बोल बोलावे.
हर्षभराने फुलते जीवन,
जीवन हिरवे होउनी जावे.'

कावळा गुरुजी म्हणती आम्हा,
'हसू नका, चिडू नका कुणी,
स्वच्छतेचा देतो मंत्र,
आरोग्याचे जाणा तंत्र,
सुखी जीवनाचे हे सूत्र.'

घुबड गुरुजी सांगती,
'सत्कर्म करा सर्वांनी.
बना विद्वानांचे मित्र,
जसे उंदीर घुशी मारुनी
मी बनलोय मानवमित्र.'

मोर गुरुजी म्हणती सर्वां,
'मिरवू नका कसल्याही गर्वा.
आनंद घ्या, आनंद द्या,
हर्षाच्या वाहतील नद्या.'

गरुडराज तर मुख्याध्यापक!
ते म्हणती, 'बना बलवान आक्रमक.
प्रगतीचे तुम्ही पंख लेवुनी,
घ्या झेप उंच आकाशी,
अन् दोस्ती करा यशाशी!'

तूपण मोठं पत्र लिही

कालपासून विचार करतोय,
जागून अर्धी रात्र.
चंदर माझा मित्र,
लिहावंच त्याला पत्र.

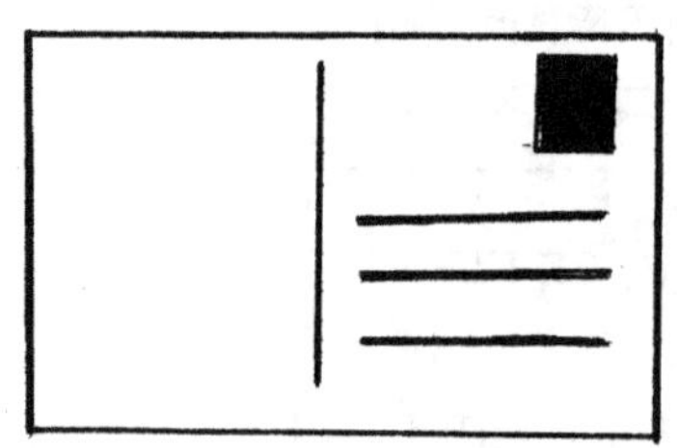

इतके दिवस गेला नि
अजून फोन नाही आला?
शहरात गेला म्हणून,
विसरला कसा मला?

बालवाडीतली मैत्री तो,
अशी कशी विसरेल?
'रागबिग कसला, का?'
मी त्याला विचारेल.

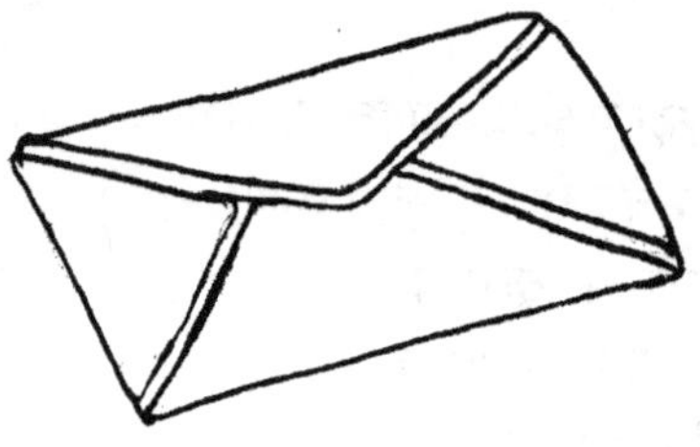

लिहीन पत्रात आठवणी,
खेळ-दंगामस्तीच्या.
शाळा, वर्ग, अभ्यास आणि
जत्रेमधल्या कुस्तीच्या.

पत्रातच लिहीन त्याला,
'फोन नाही करणार.
तूपण मोठे पत्र लिही,
तुझा फोन नाही घेणार!'

जर का मिळाले पंख

जर का मला मिळाले पंख,
खूश करीन साऱ्यांना राव असो रंक.

वाऱ्याच्या वेगाने आभाळी जाईन,
तिथून साऱ्यांची गंमत पाहीन.

फिरायला नेईन ढगाची गाडी,
आईला आणीन चांदण्यांची साडी.

ढगाच्या गाडीत मजेत फिरेन,
गरजूंना मी मदत करेन.

जेव्हा असेल खूप खूप ऊन,
शांत व्हा सांगेन सूर्याला जाऊन.

एखाद्या गावाला नसेल पाणी,
ढगोबांची मी करीन विनवणी.

ढगोबा देतील साऱ्यांना पाणी,
जपून वापरा नाहीतर होईल पाणीबाणी.

सुंदर आमचं घर

सुंदर आमचं घर लहान,
घरामागे परसबाग छान.

घरासमोर आहे भलंमोठं अंगण,
भोवताली आहे वेलीचं कुंपण.

अंगणात फुललीय सुंदर बाग,
पाखरे घेतात फुलांचा माग.

बागेत आहेत नानारंगी फुले,
फुला-पाखरांशी खेळतो आम्ही मुले.

सायंकाळी अंगणांत सूर्याची किरणं,
रात्रीच्या वेळेला शीतल चांदणं.

निसर्गाच्या सान्निध्यात आम्ही सारे स्वच्छंदी,
त्यामुळेच नेहमी राहतो आम्ही आनंदी!

चूक उमगली

मीनू एकदा आईवर रुसली,
एकटीच कोपऱ्यात जाऊन बसली.
आई तिच्या कामाच्या घाईत,
हे काही नव्हते तिला माहीत.

आईला काही तरी हवे होते,
शेजारून ते आणायचे होते.
तिने दिला मीनूला आवाज,
बोलेना मीनू, अजूनही नाराज.

आईला वाटले ती खेळायला गेली,
लगबगीने आई शेजारी गेली.
जाताना दाराला लावली कडी,
अजूनही जाईना मीनूची अढी.

इतक्यात झाला आवाज काही तरी,
दचकली मीनू; पण उठेना तरी.
भिंतीवर दिसली मीनूला पाल,
घाबरली, किंचाळली झाली लाल.

पळत मीनू दाराकडे धावली,
इतक्यात बाहेरून आई आली.
दार उघडताच आईला बिलगली,
घडली हकिकत आईला सांगितली.

आईने सोडले हातचे काम,
पदराने पुसला मीनूचा घाम.
रडताना मीनूला चूक उमगली,
म्हणाली, 'माफ कर, शिक्षा झाली.'

एकीचं बळ

एक होतं उंबराचं झाड,
त्यावर वस्ती चिमण्यांची.
तिथल्या चिवचिवाटाची,
भारी मज्जा वाटायची.

एकदा मात्र चिवचिवाट,
वाटला कर्कश भयानक.
काय गोंधळ म्हणून पाहता,
साप दिसला अचानक.

फुटून पडलेली अंडी,
विखुरलेली राखट पिसं.
सापाच्या तोंडी चिऊ पाहून,
काळजात माझ्या झालं धस्स!

'साप साप' ओरडत,
गेलो काठी आणायला.
तोवर विहिरीच्या दरडीत,
सरसर तो गडप झाला.

चिमण्यांनी घेतला धसका,
दोन-तीनदा सापाचा कहर.
पुन्हा कर्कश चिवचिवाटानं,
काठीसह धावलो बाहेर.

नऊ-दहा अंडी-चिमण्यांवर,
त्याने मारला होता डल्ला.
चिडून आज चिमण्यांनी,
केला सापावरच हल्ला.

पिवळाजर्द तो नाग,
पळत होता वळवळत.
अंगभर चोचींचा मारा,
थांबवायचं नव्हतं कळत.

फणा त्याने वर काढता,
त्यावरही तुटून पडायच्या.
त्याचा हल्ला होईस्तोर,
भुर्रकन वर उडायच्या.

एखादी चिमणी सापडता,
चवताळून तो मारायचा.
मग चिडक्या चिमण्या आणखी,
त्वेषानं चोची मारायच्या.

सरपटत्या त्याच्या गतीने,
थवा सरकत होता पुढे.
पिवळा तो रक्ताळला,
संथ गतीने सरके पुढे.

झटापटीत अखेर त्याची,
सरपट हळूहळू लांबली.
थांबल्यावर वळवळती शेपटीही,
काही क्षणात थांबली.

त्याची वळवळ थांबेस्तोवर,
चिमण्याही निवांत अंतरावर.
सारे काही शांत होता,
आनंदे गेल्या उंबरावर.

सारी शक्ती एकवटून असं,
चिमण्यांनी सापाला मारलं.
'एकीचं बळ' दुसरं काय?
त्यानंच चिमण्यांना तारले.

गणपती बाप्पा

ओ माय फ्रेंड गणपती बाप्पा,
या ना लवकर मारू या गप्पा.

वर्षातून एकदा बाप्पा तुम्ही,
फक्त दहा दिवस येता.

सगळ्या लोकांच्या जीवनात,
तुम्ही आनंद किती फुलवता.

बाप्पा तुम्ही बुद्धी देवता,
सांगितली आई-बाबांची श्रेष्ठता.

तुमच्या उत्सवात नसे कोणता भेद,
राव, रंक, सर्वधर्मियांना गणेशोत्सावाचे वेध.

बाप्पा तुम्ही सोबत राहा हमेशा,
हीच माझी विनंती, एवढीच अपेक्षा!

बाबा

बाबा असे कसे तुम्ही,
असे कसे हो घडले ?
तुमच्या विचाराने काल,
माझे मन हो रडले.

रोज सकाळी उठून,
तुम्ही कामाला जाता.
ऑफिसला जाता-येता,
किती तरी कामे करता.

संध्याकाळी आल्यावर,
किती थकलेले दिसता ?
तरी कोणाला काय हवे,
काळजीने सहज पुसता.

थकवा असो तो कितीही,
तुम्ही बाहेर पडता.
वही, रंग, दप्तर, फाईल,
औषधे, भाज्याही आणता.

बरे तुम्हाला कधीच नसते,
गरज कशाची पैशांशिवाय.
तरी आम्हाला हवे ते देता,
तुम्ही राहता गरजेशिवाय.

सर्वांना सुखी ठेवण्यात,
स्वतःची काळजी विसरता.
त्यागाने जगणारे तुम्ही,
'रिअली ग्रेट' ठरता.

आंब्याचे झाड

वृक्ष असे हा विशाल डेरेदार,
याचे आहेत उपयोग फार.
या झाडाला वर्षभर पाने,
माहीत नसे पूर्ण झडून जाणे.

आंब्याच्या फुलांचा बहर,
त्याला म्हणतात मोहर.
कच्चे फळ 'कैरी' याचे,
कैऱ्यांचे घालतात लोणचे.

आवडते सर्वांना कैरीची फोड,
स्वादिष्ट ती आंबटगोड.
सगळीकडे तापती उन्हे,
तेव्हा पितात कैरीचे पन्हे.

कैरीचाच करतात मुरांबा,
पिकता कैरी होतो आंबा.
आंबा पिकता कापून खावा,
हवे त्यांनी चोखून खावा.

आंबे खाती पक्षी झाडावरी,
आमरस-पुरी तर घरोघरी.
वर्षभर सर्वांना आनंद देते,
असे हे झाड सर्वांना आवडते.

निसर्ग आपला मित्र

निसर्ग आपला मित्र खरा,
त्याच्या रक्षणाची कास धरा.

तोच देतो हवा, पाणी, प्रकाश,
ऊन, सावली अन् जीवनाचे आकाश.

जंगल, डोंगर, नद्या, पर्वत, मैदान,
झाडे, फुले, फळे, पाऊस निसर्गाचेच दान.

निसर्ग असा दाता करत नाही भेद,
त्याचा होतोय ऱ्हास याचा वाटतो खेद.

सारे वैभव करतो दान, निसर्ग असा महान,
त्याचा समतोल राखू, यातच आपली शान!

मिरची

मी कच्ची हिरवी दिसते,
पिकल्यावर दिसते लाल.

जपून खा जेवणात मला,
नाहीतर होतील तुमचे हाल.

ढोबळी मी शिमल्याची,
अन् लवंगी कोल्हापूरची.

माझ्याशिवाय जेवणात तुमच्या,
मजाच नाही कशाची!

चिमुकली

चिमुकली ती निघाली,
आपल्याच नादात.

इतक्यात मागून उमटली,
साद एक कानात.

क्षणभर ती थबकली,
साद घ्याया ध्यानात.

हाक बरे ही कुणाची?
विचार एकच मनात.

मागे वळुनी पाहते,
चलबिचल झाली हृदयात.

शंका, विस्मय, उत्सुकता,
अन् प्रतिसाद चेहऱ्यात.

कमरेवरती हात ठेवून,
विस्मयाने शोधी गर्दीत.

तोच पडला दृष्टीस तिच्या,
पोलीसमामा वर्दीत.

किती दिवसांत तो आलानाही,
रागही होता मनात.

मामाला पाहताच सारे,
विसरून गेली क्षणात.

खारुताई

अगं ताई, खारुताई,
सदा कशी तुला घाई?

चालतेस तू भरभरभर,
झाडावर चढतेस सरसरसर.

डोळे तुझे किती सुंदर,
आणि मिशा बहारदार.

शेपटी तुझी झुपकेदार,
सर्वांना आवडतेस फार.

उन्हाळ्याची सुट्टी

सुट्टी लागली आता, सुट्टी लागली,
सुट्टी लागली मला, सुट्टी लागली.

सुट्टी लागली आता, काय काय करू?
किती आणि कशी मजा आता करू?

पत्रे लिहू, चित्रे काढू, गाणी गाऊ, गोष्टी वाचू,
खूप खेळू, मज्जा करू, आनंदाने नाचू.

चिंचा, कैऱ्या, पन्हे, मुरांबा खाऊ या रे सारे,
सोबत येतील खेळायला आकाशातील तारे.

सहल, पर्यटन, जलतरण करू सारे खास,
निसर्गाशी मैत्रीचा घेऊ या रे ध्यास.

सुट्टी लागता अभ्यासाशी काही दिवस कट्टी,
सारी ही मजा करताना अनुभवांशी गट्टी.

म्हातारबाबा

एक होते म्हातारबाबा,
तोंडावर त्यांचा नसे ताबा.

दिवसभर करायचे वटरवटर,
करत काही तरी खटरखटर.

तरुणपणी शेतात ते,
राब राब राबले.

त्याच कष्टाने त्यांच्या,
परिस्थितीला तारले.

मात्र बांधावरच्या भांडणाने,
त्यांना जेरीस आणले.

दुसरे संकट चोरीचे,
चोरांनी खूप मारले.

खटल्यात नि चोरीत,
ते कंगाल पुरते झाले.

खचले बाबा त्रासाने,
कटकट, वटवटू लागले.

दारिद्र्य दुःखाने खचून,
ते म्हातारबाबा वारले.

पोलीसदादा

पोलीसदादा, पोलीसदादा,
अहो, तुमची काळजी वाटते.
विचार करता तुमचा,
पाणी डोळा दाटते.

लोकांसाठी तुम्ही दादा,
राबता दिवसरात्र.
तरी तुमच्या नशिबी,
बदनामीच मात्र.

खूप लहान होतो तेव्हा,
वाटे तुमचा धाक.
आता कुमारवयात कळते,
तुमच्या हृदयाची हाक.

बाबा सांगता नेहमी,
संकटसमयी भेट पोलिसाला.
अनोळखी ठिकाणी फक्त,
पोलीसच पात्र विश्वासाला.

चुकल्यास रस्ता, हवाय पत्ता.
कधी फसलास, हरवलास,
होईल तुझी समस्या दूर,
पोलिसालाच भेट हमखास.

राष्ट्रीय सण असोत,
मोर्चे, समारंभ, सभा,
दिवस-रात्र पोलीसदादा,
सेवेसाठी सतत उभा.

तहान, भूक, घर, परिवार,
विसरून कर्तव्य पाडता पार.
गडबड, गोंधळ होता सारे,
पोलिसांनाच जाब विचारणार.

पोलीसदादा, अनेक थोरांनी
सहन केलाय असाच त्रास.
प्रतिमेला जपा काचेसारखं,
मग तुम्हीच ग्रेट खास!

खाऊ हा पुरवून ठेवा!

पाऊस आला, पाऊस आला,
आला पाऊस आला.
दूरदेशी गेलेला जसा,
मामा भेटीस आला.

पुढच्या वर्षी लवकर येतो,
सांगून होता गेला.
किती दिवसांची वाट पाहिली,
विनवले आम्ही त्याला.

आगमनाची चाहूल देण्या,
धाडीले मेघ अन् वारा.
चाहूल येता उन्हे लपली,
ग्रीष्म झळांनी केला पोबारा.

पाऊस आला, पाऊस आला,
आला पाऊस आला.
किती दिवसांनी त्याला पाहुनी,
आनंद मनी बहु झाला.

अंगणात मी उतरून पुसले,
'आम्हा काय खाऊ आणिला?'
सरसर सरी अंगावरी अन्
टपला डोकी मारिल्या.

ओंजळीतुनी पुष्पासम मग,
अंगणी वर्षिल्या गारा.
चिंब भिजलो, धुंद नाचलो,
जरी झोंबे अंगा वारा.

या मामाने केली जादू,
निसर्ग हिरवा झाला.
राव-रंक अन् पशुपक्ष्यांच्याही,
मनी मोर नाचला.

आनंदाने हरखून गेलो,
मामाशी जमली गट्टी.
खुशीत येऊनी त्याने मग,
दिली शाळेला सुट्टी.

जाताना मग सांगे मामा,
'खाऊ हा पुरवून ठेवा!'
जाणीव ठेवून सांभाळा सारे,
पुन्हा येईन तुमच्या गावा!

कवी परिचय

डॉ. विनोद पांडुरंग सिनकर

शिक्षण : डी.एड., एम.ए., बी.एड., डी.एस.एम., नेट, पीएचडी.

पत्ता : फ्लॅट नं. १०२, 'सुमेरू प्राईम', पारगावकर हॉस्पिटलच्या मागे, पुष्पनगरी,
   छत्रपती संभाजीनगर (औरंगाबाद) - ४३१००१

- महाराष्ट्र शासनाकडून २०२३च्या राज्य आदर्श शिक्षक पुरस्काराने सन्मानित.

- मराठवाड्यातील श्री सरस्वती भुवन शिक्षणसंस्थेत १९९३ पासून शिक्षक.

- डॉ. बाबासाहेब आंबेडकर मराठवाडा विद्यापीठाकडून मराठी बालसाहित्यावरील विषयात २०२२ साली विद्यावाचस्पती (पीएचडी) पदवी प्राप्त.

- विविध राष्ट्रीय/आंतरराष्ट्रीय चर्चासत्रांत सहा शोधनिबंध सादर.

- मुलांसाठी कविता, कथा, नाटक, मुलाखत इत्यादी प्रकारांतून लेखन. 'खाऊ हा पुरवून ठेवा' बालकवितासंग्रह. (प्र. आ. मायबोली प्रकाशन, मुंबई.)

- 'लोकशिक्षक : पां. ता. वाणी गुरुजी' संपादक (जनशक्ती वाचक चळवळ)

- 'बालरंग' मराठी पाठ्यपुस्तकमालेत इयत्ता चौथीच्या पुस्तकात 'वाचन' कविता समाविष्ट. (वर्ल्डस्मिथ पब्लिकेशन्स)

- डॉ. विजया वाड व डॉ. निशिगंधा वाड संपादित 'कवितांचा गाव' व 'गोष्टींचे घर' या बालकुमारकोशांच्या चार खंडात कथा, कवितांचा समावेश.

- किशोर, मुलांचे मासिक, खेळगडीसह अनेक मासिकांत व किशोर, बालकुमार, ऋग्वेद, ज्योत, हुप्पा हुय्या इत्यादी दिवाळी अंकांत बालसाहित्य प्रकाशित.

- दै. सकाळ, दिव्य मराठी, लोकमत, लोकपत्र, लोकसत्ता, तरुण भारत, सामना इत्यादी वृत्तपत्रे आणि जीवन शिक्षण, प्रथमेश, स. भु. मासिक आदी मासिकांतून पंच्याहत्तर शैक्षणिक लेख आणि कथा, कविता, चारोळ्या प्रकाशित.

- २००० मध्ये दैनिक तरुण भारत पुरवणीत अभ्यासमाला व 'मागे वळून पाहताना' हे बालकांसाठी थोरांच्या मुलाखतींचे सदर प्रकाशित.

- महाराष्ट्र राज्य अभ्यासक्रम आराखडा २०१० व २०२४ - समिती सदस्य.

- महाराष्ट्र राज्य पाठ्यपुस्तक मंडळात इयत्ता पहिली ते आठवी मराठी बालभारती पाठ्यपुस्तकांचे प्रकाशनपूर्व समीक्षण व प्रकाशनोत्तर सूक्ष्मवाचन.

- बालभारती मराठी स्वाध्यायपुस्तिका इयत्ता चौथी व आठवी लेखक व संपादक.

- सुलभभारती मराठी इयत्ता सहावी सेतू अभ्यास पुस्तिकेत लेखक म्हणून कार्य.

- प्राथमिक शाळेतील विद्यार्थ्यांसाठी पूरकवाचन पुस्तकनिवड समितीत कार्य.

"

- ❖ बालकांसाठी वाचन-लेखन प्रेरणा उपक्रम - अनेक प्रयोग यशस्वी.
- ❖ महाराष्ट्र शासन राजमाता जिजाऊ पुरस्कार सोहळा २००७ स्मरणिका-सहाय्यक संपादक. 'अक्का' ह्या स्मृतिग्रंथाचे संपादक.
- ❖ अनेक शाळा-शिबिरांतून कथाकथनाचे कार्यक्रम, कवितालेखन कार्यशाळा.
- ❖ आकाशवाणी : शैक्षणिक भाषणे, खुले आकाश व इंद्रधून या कार्यक्रमांचे संहितालेखन व सादरीकरण.
- ❖ अखिल भारतीय मराठी बालकुमार साहित्य संस्थेचा बालसाहित्य राज्य पुरस्कार २०१२.
- ❖ महात्मा गांधी मिशन ज्ञानप्रसार केंद्र, बीडतर्फे २०१२ सालचा ज्ञानमित्र पुरस्कार प्राप्त.
- ❖ साने गुरुजी स्फूर्ती सन्मान पुरस्कार २०२१.
- ❖ अखिल भारतीय मराठी साहित्य संमेलन ९४वे (नाशिक), ९५ वे (उदगीर) बालकुमार मेळाव्यात निमंत्रित बालसाहित्यिक म्हणून सहभाग.
- ❖ भिलार, (सातारा), बालेवाडी (पुणे), कर्जत (अहमदनगर) येथील अखिल भारतीय मराठी बालकुमार साहित्य संमेलनातील कविसंमेलन, परिसंवादात निमंत्रित बालसाहित्यिक म्हणून सादरीकरण.
- ❖ अ. भा. मराठी साहित्य संमेलन (७७ वे औरंगाबाद), राज्यस्तरीय शिक्षक साहित्य संमेलन (पुणे), मराठवाडा साहित्य संमेलनांत कविता सादर.
- ❖ विविध शैक्षणिक-सामाजिक संस्थांतर्फे 'उत्कृष्ट शिक्षक', 'गुणी गुरुजन', 'जागृत शिक्षक' अशा विविध पुरस्कारांनी सन्मानित.
- ❖ श्री सरस्वती भुवन शिक्षण संस्था, 'ऋणानुबंध' औरंगाबादतर्फे विशेष सन्मानपत्र आणि रोख दहा हजार रुपये अभ्यासवृत्तीसह सन्मानित.
- ❖ पहिले मराठवाडा बालकुमार साहित्य संमेलन २०२४ - पैठण-परिसंवादात निमंत्रित बालसाहित्यिक वक्ता.
- ❖ शिक्षण विभाग जि. प. छत्रपती संभाजीनगर आयोजित पहिले शिक्षक साहित्य संमेलन २०२४ - परिसंवादात निमंत्रित वक्ता.
- ❖ यूट्यूब चॅनल - मायमराठी आणि बरंच काही...

आगामी पुस्तके

१) डोळस गुरुजींच्या गोष्टी
२) गुणी मुलांना भेटूया !
३) मागे वळून पाहतांना...

४) बालकांच्या प्रतिभेचा 'काव्यफुलोरा'
५) बालसाहित्याचे स्वरूप आणि इतिहास
६) मराठवाड्यातील बालसाहित्य

पुस्तक प्रकाशित करणं झालं सोपं

अर्थात

#AnyoneCanPublish

अंतर्गत प्रकाशित झालेली पुस्तकं

अ.क्र.	पुस्तकाचे नाव	लेखकाचे नाव	विषय/ कॅटेगरी	किंमत
१.	पौर्णिमेच्या कथा	चिंतामणी देशपांडे	ललित	१३०/-
२.	मनाच्या आरश्यात	प्रिया खैरे पाटील	ललित	२४०/-
३.	दृष्टी	कांचन शेंडे	ललित	१९०/-
४.	चित्रकर्मी	आशिष निनगुरकर	ललित	२९९/-
५.	माझी भटकंती	दिलिप वैद्य	ललित	१५०/-
६.	कृष्णं वंदे जगद्गुरूम	श्यामसुंदर राठी	ललित	१९९/-
७.	केशव-लक्ष्मी कृपा	राधिका श्रीराम घोरपडे	ललित	१३०/-
८.	गंधाळलेली फुले	यशवंत पाटील	ललित	१९०/-
९.	भवताल	मनीषा आवेकर	ललित	१८०/-
१०.	अभिनयांकित	जयश्री दानवे	ललित	२५०/-
११.	फुलांच्या दुनियेत	मृणाल तुळपुळे	ललित	१७०/-
१२.	मुरडण	बालाजी मदन इंगळे	ललित	१३०/-
१३.	कवडसे	डॉ. अरविंद वैद्य	ललित	३५०/-
१४.	राम तोचि विठ्ठल	शीला देशमुख	ललित	१५०/-
१५.	भावबंध	मोहन सरडे	ललित	१७०/-
१६.	फुलबाग	सुरेश गजें	ललित	१२०/-
१७.	पैसा, पैसा आणि पैसा	सुरेश गजें	ललित	१७०/-
१८.	भारतभर सायकलभ्रमण	दत्तात्रय मेहेंदळे	ललित	३७०/-
१९.	आहे सुगम तरी...	विजय श्रोत्रिय	ललित	२२०/-
२०.	हे जीवन सुंदर आहे	मंगेश चौधरी	ललित	२५०/-
२१.	'च' कशाचा	अरुंधती लोंढे	ललित	१८०/-
२२.	मनतरंग	प्रिया खैरे पाटील	कविता	१३०/-
२३.	आत्मसंवाद	रमेश राठोड	कविता	१३०/-

२४.	साद	पुष्पा तारे	कविता	१६०/-
२५.	वाट चालता चालता	पुष्पा सराफ, रोशनी सराफ, नक्षत्रा सराफ	कविता	१३०/-
२६.	पाऊलवाटेवर चालताना	सुचेता अवसरे	कविता	१३०/-
२७.	बापा तुझं आभाळ	हनुमंत भवारी	कविता	१३०/-
२८.	प्रपात	प्रणव लेले	कविता	१२५/-
२९.	बासरी	किरण वेताळ	कविता	१२५/-
३०.	भरून येणाऱ्या डोळ्यांतून	अरुणकुमार जोशी	कविता	१२०/-
३१.	An Eternal	Dr. Arjun Shirsath	कविता	140/-
३२.	चैत्रपालवी	चैत्राली कुळकर्णी	कविता	१८०/-
३३.	काट्यातले मोरपीस	अरुण कटारे	कविता	१८०/-
३४.	पालवी	काशीराम बोर	कविता	१३०/-
३५.	अंतरंग सावल्यांचे	सदाशिव शेंडे	कविता	१९०/-
३६.	कोवळी पाने	संदीप काळे	कविता	१२५/-
३७.	सप्रेम	अर्जुन शिरसाठ	कविता	१४०/-
३८.	साष्टांग	अर्जुन शिरसाठ	कविता	१४०/-
३९.	माणूस म्हणून जगा	उदय माळगावकर	कविता	२६०/-
४०.	जीवन प्रवाह	दीपक भोजराज	कविता	२६०/-
४१.	मुक्तछंद	डॉ. स्मिता झंवर	कविता	१२०/-
४२.	काव्यसुधा	प्रकाश निर्मळे	कविता	१२०/-
४३.	तळ धुंडाळताना	ज्योती जोशी	कविता	२५०/-
४४.	नेत्र हवे मज	गोविंद कुळकर्णी	कविता	१९९/-
४५.	स्वर व्यंजनी	प्रसाद पाठारे	बालकविता	१२०/-
४६.	बाकी काही नाही	किरण वेताळ	कविता	१९९/-
४७.	उतरंड	उत्तमा पेठकर	कविता	१६९/-
४८.	रुपक कथा	शशांक देव	कथा	९९/-
४९.	मोलाची ठेव	कृष्णा पाटील	कथा	२२८/-
५०.	छोड अकेला फिर जाओ	उर्मी रुमी	कथा	१७०/-
५१.	धूमधडाका	मयूरेश कुलकर्णी	कथा	२३०/-
५२.	ठिकरीची फोडणी	अशोक कांबळे	कथा	१९०/-
५३.	वाटणी	कृष्णा पाटील	कथा	२५०/-

५४.	कर्मफल	काशीराम बोरे	कथा	१८०/-
५५.	गंधाळलेली फुले	प्रा.डॉ.यशवंत पाटील	कथा	१९०/-
५६.	गढीवरच्या आईसाहेब	प्रा.डॉ. यशवंत पाटील	कादंबरी	१५०/-
५७.	द्रौपदीबाई पठाण	प्रिया गोगावले-विखे	कादंबरी	१६०/-
५८.	रुबाब	अमोल सोंडकर	कादंबरी	१४०/-
५९.	घेरं	वासुदेव डहाके	कादंबरी	६७०/-
६०.	होम मिनिस्टर	युवराज कोरे	कादंबरी	१८०/-
६१.	तडजोड	निवृत्ती जोरी	कादंबरी	४९९/-
६२.	एक होती यशोदा	सुनील पांडे	कादंबरी	१२५/-
६३.	व्यक्तिमत्त्व विकासाचा कोलाज	विनोद बिडवाईक	सेल्फ हेल्प	२००/-
६४.	स्वयंविकासाची स्वयंप्रेरणा	विनोद बिडवाईक	सेल्फ हेल्प	२२०/-
६५.	शिवसूत्र	योगेश क्षत्रिय	सेल्फ हेल्प	२९०/-
६६.	Vitality in human resource	Vinod Bidvaik	सेल्फ हेल्प	299/-
६७.	Holistic approach	Vinod Bidvaik	सेल्फ हेल्प	120/-
६८.	महासत्तेच्या वाटेवर	युवराज कोरे	माहितीपर	१४०/-
६९.	इंडिया डायरी	प्रमोद देशपांडे	माहितीपर	२००/-
७०.	India Dairy	Pramod Deshpande (English)	माहितीपर	240/-
७१.	कचराकोंडी ते पंधरा कोटी	सतीश वैजापूरकर	माहितीपर	१८०/-
७२.	रेन वॉटर हारवेस्टींग	प्रवीण खांडवे	माहितीपर	१९९/-
७३.	ईशोपनिषद	सुरेश गर्जे	अध्यात्म	१५०/-
७४.	रामराज्य	सुरेश गर्जे	अध्यात्म	१७०/-
७५.	तुका आकाशाएवढा	सुरेश गर्जे	अध्यात्म	२२०/-
७६	Unalome	Shweta Bharati	अध्यात्म	250/-
७७.	दिव्य प्रवचनामृत	रविंद्र कांबळे	अध्यात्म	१४००/-
७८.	शिंपल्यातील मोती	अंजना चौगुले-चावरे	चरित्र	१९९/-
७९.	विवेकवेल	वसंत गायकवाड	चरित्र	४९९/-
८०.	Karmaveer Bhaurao Patil : Life and work of a rebel	Bharat Kavathekar	चरित्र	190/-

८१.	द जेनेटिक वेडिंग रिंग	मंदार मुंडले	नाटक	९९/-
८२.	The genetic wedding ring	Mandar Mundale	नाटक	99/-
८३.	महाविनाशाची पदचिन्हे	भाऊराव मुळे	नाटक	४९९/-
८४.	कोकणचे पारंपरिक खेळे	गोविंद कुळकर्णी	नाटक	२३०/-
८५.	प्रवासातून प्रबोधन	श्रीराम भास्करवार	प्रवासवर्णन	१९०/-
८६.	माझा युरोप प्रवास	अशोक केसरकर	प्रवासवर्णन	२८०/-
८७.	लंडन डायरी	रूपाली पाटील-मिरासदार	प्रवास	२२५/-
८८.	गिर्यारोहण	विजय देवधर	प्रवास	१५०/-
८९.	ओवीरूप भगवद्गीता	आर. जी. पाटील	तत्त्वज्ञान	८७०/-
९०.	ऋग्वेद अर्थसार	बापू कुंभार	तत्त्वज्ञान	४७०/-
९१.	आरोग्यधाम	बी. के. तेली (चौधरी)	आरोग्य	१५०/-
९२.	एक कण आयुर्वेदाचा	वैद्य रमा खटावकर	वैद्यकीय	२९९/-
९३.	Andra Recipe	Vijaya Lakshmi	पाककला	990/-
९४.	संपूर्ण दीपरामायण	दीपक करंदीकर	महाकाव्य	१४९९/
९५.	भुकेलेल्या देशाची कृषि महासत्तेकडे वाटचाल	अनिल शिंदे	सामाजिक	२६०/-
९६.	'जागृती'तून जागृतीकडे	जयश्री काळे	सामाजिक	३८०/-
९७.	We are the quarry, fate is the Hunter	Prasad & Shubhada Godbole	Non-fiction	299/-
९८.	Rede an Das Gewissen	Dr. Rajendra Padture	Spiritual (Translation)	499/-
९९.	Incremental learning of Electricity Smart Meter Data	Archana Y. Chaudhari Preeti Mulay	टेक्निकल	850/-
१००.	अक्षर ओळख	ज्योत्स्ना पास्ते	शैक्षणिक	१९९/-

पुस्तक खरेदीसाठी संपर्क : ८८८८८४९०५०

पुस्तके ऑनलाइन उपलब्ध

amazon.in / flipkart/ https://sakalpublications.com

www.ingramcontent.com/pod-product-compliance
Lightning Source LLC
Chambersburg PA
CBHW070547160726
48003CB00005B/1923